பெயரிடப்படாத புத்தகம்

ஈரோடு கதிர்

டிஸ்கவரி புக் பேலஸ்
கே.கே.நகர் மேற்கு, சென்னை - 600 078.
(பாண்டிச்சேரி கெஸ்ட் ஹவுஸ் அருகில்)
Ph: 044-4855 7525 Mobile: +91 87545 07070

பெயரிடப்படாத புத்தகம் (கட்டுரைகள்)
ஆசிரியர்: ஈரோடு கதிர்©

Peyaridappadatha Puthagam (Essays)
Author: Erode Kathir©

First Edition: Dec - 2016 (600 Copies)
Second Editon July - 2019 (600 Copies)
Pages: 128 - ISBN: 978-93-84302-20-7
Cover Design: Manikandan
Book Design: Discovery Team

Discovery Book Palace (P) Ltd,
6, Mahaveer Complex, Munusamy Salai,
K.K.Nagar West,Chennai-600 078.
Ph: +91 - 44-4855 7525
Mobile: +91 87545 07070

E-mail: **discoverybookpalace@gmail.com,**
Website: **www.discoverybookpalace.com**

Rs. 130

ஈரோடு கதிர்

விவசாயக் குடும்ப பின் புலத்திலிருந்து பரபரப்பு வெளிக்குள் பயணித்து “நகரத்தில் பாய்ந்த கிராமத்து வேர்”.

இளங்கலை கணினி அறிவியல் கல்வி, பின் அச்சகத்துறை என்றிருந்த இவரின் வாழ்க்கை, மெல்ல எழுத்தாளர், பேச்சாளர் மற்றும் மனிதவள மேம்பாட்டு பயிற்சியாளர் என்பதாக இடம் மாறியிருக்கின்றது.

2009ஆம் ஆண்டு முதல் “கசியும் மௌனம்” வலைப்பக்கம் மற்றும் அச்சு ஊடங்கங்களில் கட்டுரைகள், கவிதைகள், பத்திகள், விமர்சனங்கள், துணுக்குகள் எழுதுகிறார். கோபி கலை அறிவியல் கல்லூரி பாடத்திட்டத்தில் இவரது கவிதை இடம் பெற்றிருந்தது

வெளிநாட்டு, உள்நாட்டு நிறுவனங்கள், கல்லூரிகள், பள்ளிகள் உள்ளிட்ட பல்வேறு அமைப்புகளில் மனிதவள மேம்பாட்டு பயிலரங்குகளை நடத்தி வருகிறார். சிங்கப்பூர், இலங்கை ஆகிய நாடுகளில் உரை நிகழ்த்தியுள்ளார்.

தமிழகம், இலங்கையில் உள்ள தொலைக்காட்சிகள், வானொலிகளில் உரை, பேட்டி, விவாதம், கவிதை வாசிப்பு ஆகியவற்றில் பங்கெடுத்துள்ளார்.

“கிளையிலிருந்து வேர் வரை” கட்டுரைத் தொகுப்பு 2015ம் ஆண்டு வெளியானது.

பல்வேறு மொழித் திரைப்படங்களை, மனித வாழ்க்கையோடு பிணைத்து எழுதப்பட்ட “உறவெனும் திரைக்கதை” தொடர் இருபத்தைந்து வாரங்களாக குங்குமம் வார இதழில் வெளிவந்தது.

சிங்கப்பூர், மலேசியா, இலங்கை, மாலத்தீவுகள் ஆகிய நாடுகளுக்கு பயணித்திருக்கிறார்.

சேமிப்பிலிருக்கும் சில சொற்கள் - முன்னுரை

கடந்தோடிய காலம் தன்னோடு அரவணைத்திருந்த உணர்வுகளின் கதகதப்பையும், கனத்திருக்கும் எண்ண மேகத்திலிருந்து நழுவும் சிறு தூறலின் குளிரையும் எத்தனை காலம் தான் மனதெங்கும் தூக்கிச் சுமக்கவியலும். தூக்கிச் சுமக்கும் நினைவுகளில் உயிர்க்கும் சிந்தனைகளைத் தோள் சாய்க்கையில், பாந்தமாய் அணைத்து வருடுகையில் விரலெங்கும் ஒட்டும் ஈரமான சொற்களின் தொகுப்போடு உங்கள் முன் நிற்கிறேன்.

தன் விருப்பம் போல், தன்னியல்பில் வாழ்க்கைச் சக்கரம் இடைவிடாது சுழன்று கொண்டிருக்கிறது. அதன் வேகத்திற்கு ஓட முடிவதும், ஓட முடியாமல் போவதும்தான் இங்கிருக்கும் விளையாட்டு. இந்த விளையாட்டு சில நேரங்களில் திறனை நிரூபிக்கும் விளையாட்டு போலவும், சில நேரங்களில் விளையாட்டின் வெற்றி தோல்விகள் மூலம் ஏதோ ஒன்றை ஈட்ட எத்தனிக்கும் முயற்சி போலவும் காட்சியளிக்கின்றது. யார் யாரோ விளையாட, அவர்களின் வெற்றி தோல்விகள் மூலம் பலன் ஈட்டுவது, ஒருவகைப் பந்தயம் அல்லது சூதாட்ட வடிவமாகின்றது. இந்த வாழ்க்கை விளையாட்டில் நாம் இருப்பதும், நம்மைச்சுற்றி பல்வேறு பாத்திரங்கள் நிரப்பப்பட்டிருப்பதும் உண்மையிலேயே சுவாரசியமானதுதான்.

கற்றுக்கொள்ளல் எனும் தேடல் முதுகில் தாவி கழுத்தைக் கட்டிக் கொண்டிருக்கிறது. சலனமற்று அமைதியாய்க் கடக்க முடிவதில்லை, எதோ ஒன்றை மனம் இடைவிடாது தேடுகிறது. கற்றுக்கொள்வதற்கென இங்கு அச்சடித்த பாடங்களும், போதனைத் திட்டங்களும் அடுக்கி வைக்கப்பட்டிருக்கவில்லை. அந்தத் தேடலை செம்மையாகப் பூர்த்தி செய்பவர்கள் சிலர். அதில் மிக முக்கியமானது காலம். கரைந்தோடும் வாழ்நாளில் இந்தக் கணத்தை அர்த்தமுள்ளதாக்கி இருக்கும் காலத்தைத்தான் எப்போதும் முதலில் வணங்க விரும்புகிறேன். அடுத்து தங்கள் ஒவ்வொரு அசைவுகளாலும் கற்றுக் கொடுத்தபடியிருக்கும் சக மனிதர்கள். சற்றே பார்வையை விசாலமாக்கிக் கொண்டால், திகட்டத் திகட்ட பாடமாய் வந்து குவிகிறார்கள். நிறைய நிறைய

என நிறைவாய்க் கற்றுக் கொண்டேயிருக்கலாம். காலடியில் அமைதியாய் இருக்கும் புல் தொடங்கி, தலைக்கு மேல் திரண்டு நிற்கும் மேகம் வரை ஒவ்வொன்றும் ஒவ்வொருவிதமாய் கற்றுக் கொடுத்தபடியே இருக்கின்றன.

அவ்வப்போது கற்றுக் கொண்டதிலிருந்து நிர்பந்தமாகவோ, விருப்பமாகவோ எழுதிய தேர்வுகளின் தொகுப்பே "பெயரிடப்படாத புத்தகம்". விடைகள் சரியோ தவறோ என்ற குழப்பங்கள் இருந்தாலும், ஏதேனும் ஒன்றை எழுதிக் கொண்டேயிருப்பதில் இருக்கும் பெரு விருப்பமும், வியப்பும், எழுதியவுடன் இறக்கி வைக்கும் தளர்வான நிம்மதியும் அலாதியானதொரு உணர்வு.

என் உணர்வுகளை ஒரு விதையாய் தன்னுள் தாங்கி, செம்மையாய் வளர்த்தெடுக்கும் "நம் தோழி" இதழுக்கும், இதழை நடத்தி வரும் சக்தி மசாலா குழுமத்திற்கும், இதழ் ஆசிரியர் திரு. த. செ. ஞானவேல் அவர்களுக்கும் பேரன்பும் பெரும் பிரியங்களும். வேர்களையும், கிளைகளையும் அவ்வப்போது அனுமதித்த அந்திமழை, தி இந்து இணையம், தமிழன் அமுதம் இதழ்களுக்கும் அன்பு நிறை நன்றிகள்.

பிரியத்தின் வழி நின்று எனது இரண்டாவது நூலான இதனையும் வெளியிட முன்வந்திருக்கும் இனிய நண்பர் வேடியப்பன் அவர்களுக்கு நெகிழ்வான பிரியம் நிறை நன்றிகள்.

இந்த கட்டுரைகளின் சொற்களுக்குள் தனக்குத் தெரிந்தோ தெரியாமலோ உறைந்திருக்கும் என் மகள் உள்ளிட்ட ஒவ்வொருவருக்கும் என் நேசமும் வாழ்த்துகளும். வாசித்த சொற்கள்தான், வாசித்த நடைதான், ஆயினும் வாசிப்போம், உடனிருப்போம், ஊக்குவிப்போம் எனும் மனது படைத்த உறவுகளுக்கும், தோழமைகளுக்கும், வாசக மனங்களும் அன்பும் நன்றிகளும்.

இந்தப் பயணத்தில் இடையிடையே நாம் சந்தித்துக் கொண்டேயிருப்போம்!

பிரியங்களுடன்,

கதிர்

kathir7@gmail.com | www.maaruthal.blogspot.com | 98427 86026
|facebook.com/erodekathir

சமர்ப்பணம்

என்னைக் கூடுதலாய் எழுத வைத்திருக்கும்
திரு. தி.முருகன் அவர்களுக்கு

உள்ளே...

1.	இடம் பெயரும் மேகங்கள்	11
2.	நிறைந்திருக்கும் போதாமை	16
3.	குரங்குப் பேனா சூத்திரம்	20
4.	கூடுகள் உடைபட வேண்டும்	25
5.	ஆணையிடும் பிள்ளைகள்	29
6.	மன்னிப்பென்கிற மற்றொரு கதவு	33
7.	ஜல்லிக்கட்டு	38
8.	கருத்துசொல்லும் கருப்பாயி	42
9.	பதில் தேடும் கேள்விகள்	46
10.	கனவை நோக்கிய நெடும்பயணம்	51
11.	விவசாயிகளை வேர் அறு	56
12.	பகட்டு நமக்களிக்கும் பரிசு	61
13.	ஆட்டமும் ஆசுவாசமும்	66
14.	எழுத்து எனும் திறவுகோல்	71
15.	விடுபடுதலும் விடைபெறுதலும்	75
16.	வேடிக்கைகள் சூழ்ந்திருந்த காலம்	80
17.	பெருமழை மோகம்	85
18.	தியாகங்களின் நியாயங்கள்	88
19.	காவு கேட்கும் புனைவுகள்	93
20.	நிறைவடைதலும் முழுமையடைதலும்	97
21.	பெயரிடப்படாத புத்தகம்	102
22.	மனசு பத்திரம்	107
23.	மரபணுவில் மிச்சமிருக்கும் குரங்கின் பிரியம்	112
24.	தோற்றுப்போகும் ருசி மொட்டுகளும் அன்பும்	117
25.	கேள்வியே பதிலாக	122

இடம் பெயரும் மேகங்கள்

பத்து நாட்களுக்கும் மேலாகச் செல்ல வேண்டிய வெளிநாட்டுப் பயணத்திற்கு ஆயத்தமாகிக்கொண்டிருந்த இரவுப் பொழுதில்தான் அவர் என்னிடம் பேச வேண்டுமெனக் கேட்டார். சிலநாட்கள் முன்புதான் என்னுடைய முதல்ப் புத்தக வெளியீட்டில் கை குலுக்கி சில நிமிடங்கள் பேசியிருந்தார். அது தவிர்த்து ஃபேஸ்புக்கில் அவரின் முகப்புப் படமும் பெயரும் கண்டிருக்கிறேன். மனதில் பதிந்துபோன பெயரும் முகமும்தான். "வாழ்தல் அறம் என்றும், வாழ்தல் வரம் என்றும் சொல்கிறீர்கள், அது குறித்து உங்களிடம் பேச வேண்டும், எப்போது அழைக்கட்டும்" என்பது போன்றுதான் அவரின் கேள்வி இருந்தது. மனது பயண ஏற்பாடுகளில் இருந்ததால் அதற்கு அப்போதே பதிலளிக்கலாமா, பின்னர் பதிலளிக்கலாமா என்ற குழப்பம் எழுந்தாலும், 'வாழ்தல் அறம்' குறித்துப் பேச விழைகிறார் என்பது உடனடியாக பதிலளிக்க உந்தியது.

"நாளைக் காலை 11–12 மணிக்குள் நாம் பேசலாம்" என்றேன். அவ்வளவு துல்லியமாக நேரம் சொன்னதைக் கண்டு அவர் என்ன நினைத்திருப்பார் என்ற கேள்வி எழாமலும் இல்லை. அப்படியெல்லாம் பேசுவதற்கென்று எவரிடமும் நேரம் குறிப்பிட்டுச் சொன்ன அனுபவமில்லை. ஆனாலும் அப்போது பேச முடியாது. அதேபோல் அடுத்த பத்து தினங்களுக்கும் பேச முடியாது. ஆனால் காலை 11–12 மணி என்பது விமான நிலையத்தில் குடியகல்வு மற்றும் பாதுகாப்புச் சோதனைகள் முடிந்து காத்திருக்கும் நேரம். ஆகவேதான் அழுத்தம் திருத்தமாக அந்த நேரத்தைச் சொல்லியிருந்தேன்.

ஏற்கனவே அந்த ஒரு மணி நேரத்தில் அழைத்துப் பேசிவிட வேண்டுமென பதினொரு பேரின் பெயர்களை குறித்து வைத்திருந்தேன். எல்லாமே ஓரிரு நிமிடங்களில் அன்பு மற்றும் மரியாதை நிமித்தம் பேசிவிட விரும்பியவை. அவர் அழைத்தார். அவரின் பெயர், நிழற்படம் தவிர்த்து அவர் குறித்து நானேதும் அறிந்திருக்கவில்லை. வழக்கமாய் இப்படி எவரேனும் பேச முனைந்திருந்தால், இயன்றவரை அவர்களைப் பற்றித் தெரிந்துகொண்டு, மனதில் ஒரு வடிவம் ஏற்படுத்திக்கொண்டு தயாராகியிருப்பேன். நேரமும் சூழலும் அப்படி ஒரு வாய்ப்பைக் கொடுத்திருக்கவில்லை.

தனது பெயரைச் சொல்லித் துவங்கியவர், வயது, குடும்ப உறுப்பினர்கள் என எனக்குள் ஒரு வரைபடத்தைத் தீட்டினார். சற்றேறக்குறைய என் அம்மாவின் வயதுக்கு மிக நெருக்கத்தில் அவர் வயது இருக்கலாம். தான் பணியாற்றியதன் விபரங்கள், பிள்ளைகளின் கல்வி, குடும்பச் சூழல் என விரிந்தது உரையாடல். தமது வாழ்க்கைத் துணையுடன் நீண்ட காலமாய் இருக்கும் பிரச்சனைகள் குறித்து சற்று தணிந்த குரலிலும், அவஸ்தை நிறைந்த தொனியிலும் கூறத் தொடங்கினார். மனைவி குறித்துக் கணவனும், கணவன் குறித்து மனைவியும் சொல்லும் விமர்சனங்களை, குறைகளை நிறையக் கேட்டிருந்தாலும், அவரின் பிரச்சனையை அணுகுவது சட்டெனக் கை வராததாகத் தோன்றியது. அவரின் வயதும் அதற்கு ஒரு காரணமாக இருக்கலாம். இத்தனை ஆண்டுகளுக்குமா இப்படியான பிரச்சனைகள் நீடிக்கும் என்ற கேள்வியும் காரணமாய் இருக்கலாம்.

பொதுவாக என்னுடைய பிரச்சனைகள் குறித்து அவ்வளவு எளிதாக எவரிடமும் பேசிவிட மாட்டேன். அது எனக்குப் பிடித்த என் இயல்பு. அதேபோல் மற்றவர்களின் பிரச்சனைகள் குறித்து அவசியம் தவிர்த்து என்ன ஏதென்று தோண்டித் துருவிக் கேட்கமாட்டேன். நட்புகளில் சிலர் தம் பிரச்சனைகளைக் குறித்துப் பேசும்போது பொறுமையாகக் கேட்டுக்கொள்வேன். முடிந்தவரை குறுக்குக் கேள்விகள் கேட்பதையும், உடனடியாகத் தீர்வு சொல்வதையும் தவிர்ப்பேன். பல நேரங்களில் தமது பிரச்சனையைச் சொல்லி முடிக்கும்போதே அதற்கான தீர்வுகளை அவர்களே இனம் கண்டுகொள்வதையும் உணர்ந்திருக்கிறேன்.

தமது பிரச்சனைகளை என்னிடம் பகிர்ந்துகொள்வதன் மூலமாக அமைதியடைவதாகக் கருதும் நண்பரிடம் ஒருமுறை “எல்லாப் பிரச்சனைகளையும் புலம்பியே கரைக்கணும்னு நினைக்காதே”

என்றேன். அது கடுமையான தொனியில் சொல்லப்பட்டதாக அவரால் புரிந்துகொள்ளப்பட்டது. காரணம், தமக்கு மிக நெருங்கிய ஒருவரைச் சந்தித்தபோது பரஸ்பரம் நலம் விசாரிக்க அவரின் நண்பர் "அப்புறம் எப்படியிருக்கே, வீட்டில் எப்படியிருக்காங்க?" எனக் கேட்டபோது, 'நல்லாருக்கேன், நல்லாருக்காங்க' என்ற சம்பிரதாயமான பதிலைச் சொல்லாமல் "வீட்ல ஒரு பிரச்சனை" எனத் துவங்க; "உனக்கு புலம்புறதே வேலையாப்போச்சு" என முகத்தில் அடித்ததுபோலச் சொன்னதில், இவர் நொறுங்கிப் போயிருக்கிறார். அந்த 'புலம்புறதே வேலையாப்போச்சு' மற்றும் நான் கூறிய 'புலம்பியே கரைக்கணும்னு நினைக்காதே' இரண்டையும் ஒரே அர்த்தத்தில் எடுத்துக்கொண்டு சுருங்கிப் போனார். நல்லவேளை, தான் அப்படிச் சுருங்கியதையும் என்னிடம் பகிர்ந்துகொண்டார்.

"நீ எதிர்கொள்ளும் பிரச்சனைகளுக்கு நிகராகவோ, ஏறத்தாழ சமமாகவோ நானும் பிரச்சனைகளை எதிர்கொள்ள வேண்டித்தான் இருக்கின்றது. உதாரணத்திற்கு, எனக்கு தலை வலிக்கிறது என்றால், வலி எதனால்? அதை எவ்விதம் சரி செய்வது? என நான் யோசிக்கலாம். அல்லது அதற்கு சரியான நபரிடம் ஆலோசனை கேட்கலாம். அதை விடுத்து எதிர்ப்படுவோர் அனைவரிடமும் எனக்குத் தலைவலி, தலைவலி எனத் திரும்பத் திரும்பச் சொல்வதில் என்ன அடைந்துவிடப் போகிறோம்? பொதுவாக நீ சொல்வது நேர்மறையான சொற்களாக இருந்தாலும் அல்லது எதிர்மறையான சொற்களாக இருந்தாலும், நீ பேசும் வார்த்தைகளை அவர்கள் கேட்பதற்கு முன்பாக, உன் வாய்க்கு மிக அருகாமையில் இருக்கும் காதுதான் முதலில் கேட்கிறது. பத்துப் பேரிடம் சொன்னால் பத்துப் பேரும் ஒவ்வொரு முறைதான் கேட்கிறார்கள். ஆனால் உன் காது பத்து முறை அதுவும் அவர்கள் கேட்டதை விட கூடுதல் சப்தத்தில் கேட்டிருக்கும். அளவுக்கு அதிகமாக புலம்புவதை தவிர்த்து விடு. அவ்வாறுதான் என் பிரச்சனைகளைக் கையாளுகிறேன்" என்று விளக்கியிருந்தேன்.

அழைத்த நண்பர் தம் வாழ்க்கைத் துணையின் இயல்பு குறித்தும், இத்தனையாண்டுகளில் நடந்த சில குறிப்பிடத் தகுந்த நிகழ்வுகள் குறித்தும் தனது மனதில் இருக்கும் கனத்தை இறக்கி வைக்கும் முகமாய்ப் பேசிக்கொண்டிருந்தார். பிள்ளைகள் அனைவரும் நல்ல கல்வி பெற்று சிறந்த நிலையில் பணியாற்றிக்கொண்டிருப்பதையும் தெரிவித்தார். ஒவ்வொரு இடங்களிலும் தான் பட்ட அவமானங்களை, தான் தடுக்கப்பட்டதை வலியோடு பகிர்ந்துகொண்டார். குறுக்கீடு ஏதும் செய்யாமல் அமைதியாக கேட்டுக்கொண்டிருக்கிறேன்.

“மனித உறவுகள் பத்தி நெறைய எழுதியிருக்கீங்க. என்னோட பிரச்சனைகள எப்படி சமாளிக்கிறதுன்னே தெரியாம சமாளிச்சுத் திணறிட்டிருக்கேன். சொன்னா நம்புவீங்களானு தெரியல, தற்கொலை செஞ்சுக்கலாம்னுகூட சில முறைகள் நெனைச்சிருக்கேன்” என்கிறார். அவரின் வயதும், வலிகளும் என்னைத் ஆட்டம் காணச் செய்கின்றது. மேலும் சில கேள்விகள், ஆற்றாமைப் பதில்கள் என நிமிடங்கள் மெல்ல நகர்ந்து கொண்டிருக்கின்றன. இறுதியாக “நான் எப்படி, வாழ்தல் வரம்... வாழ்தல் அறம்னு எடுத்துக்கிறது” எனக் கேட்கிறார்.

பிள்ளைகளின் இன்றைய வாழ்க்கை குறித்து மகிழ்ச்சியாக இருக்கிறாரா எனக் கேட்கிறேன். ஆம் என்கிறார். “ஏதோ ஒரு கணத்தில் வாழ்க்கையை முடித்துக்கொள்ள நினைத்த நீங்கள், அம்முடிவில் தயங்கிய கணம் வரமென்றால்... இன்று வரை வாழ்ந்து பிள்ளைகளை வளர்த்து, ஆளாக்கி நல்லதொரு வாழ்க்கையை ஏற்படுத்திக் கொடுத்தது அறமெனக் கொள்க” என்கிறேன்.

சற்று நிறைவாக, இலகுவாக உணர்வதை தன் விடைபெறும் சொற்களில் உணர்த்தினார். “தொடர்பில் இருப்பேன், எப்போதும் தொடர்பில் இருங்கள்” எனச் சொல்கிறார். வாழ்க்கைத் துணையோடு மீதியிருக்கும் வாழ்க்கையை சற்று இலகுவாக்கிக்கொள்ள யோசனை கூறுகிறேன். முயற்சிக்கிறேன் என்கிறார். முயற்சிப்பார் என அப்போது நம்பினேன். இப்போதும் நம்புகிறேன். எப்போதும் நம்புவேன். என்னுடனான உரையாடல்கூட எவ்விதமான உடனடித் தீர்வுகளையும் எதிர்பார்த்து இல்லாமல் இருந்திருக்கலாம். கனத்த மேகமொன்று தன் கனத்தை நிலத்தில் இறக்கி வைப்பது போன்றும் இருந்திருக்கலாம்.

இந்த வாழ்க்கையை எதன்பொருட்டும் இழந்துவிடாமல், அதன் அத்தனை பக்கங்களிலும் உள்ள அனைத்து விதச் சுவைகளையும் உணர்ந்துவிட வேண்டுமென்பதில் இருக்கும் தீர்க்கம் இன்னும் கூடுகிறது. நிமிடங்கள் கடக்கின்றன. விமானத்திற்குள் நுழைகிறேன். கைபேசி, கணினியை அணைத்து வைக்க வேண்டுகிறார்கள். விமானம் மெல்ல நகர்ந்து, திரும்பி, ஊர்ந்து, விரைந்து, வேகமெடுத்து, பெரும் ஓசையோடு சீறி, வெடுக்கென மேலேறுகிறது. பக்கவாட்டில் இருக்கும் சக்கரம் விடாமல் சுழன்றபடியே உள்வாங்குகிறது.

சன்னல் வழியே நோக்குகிறேன். பரந்த நிலம் மதிய வெயிலில் பளிச்சிடுகிறது. இதுவரை பார்த்திராத பயணித்திராத நிலப்பரப்பு அது. வறண்ட மண். ஆங்காங்கே திட்டுத்திட்டாய் கொஞ்சம்

மட்டுமே பசுமை. பெருமழையொன்று பொழிந்து நிலமெங்கும் நீர் நிறைந்திருந்தால் எப்படியிருக்குமென மனதிற்குள் காட்சிகளை நிர்மானிக்கிறேன். அடுத்த ஒரு மணி நேரத்தில் விமானம் இறங்கும் ஆயத்தத்தில் இருக்கிறது. அந்நிலமெங்கும் பசுமை படர்ந்து கிடக்கிறது. கனத்த மேகங்களில் விமானம் மோதி மெல்ல தடதடக்கிறது. அந்த மேகங்கள் நான் புறப்பட்ட நிலத்திற்கு இடம் பெயர்ந்தால் நன்றாக இருக்குமெனக் கருதியபடி இறங்க ஆயத்தமாகிறேன்.

"நம் தோழி" செப்டம்பர் - 2015

நிறைந்திருக்கும் போதாமை

ஏதோ ஒரு போதாமையிலிருந்துதான் அவர்கள் புலம் பெயர்ந்து வந்திருக்கிறார்கள். புலம் பெயர்தல் என்பது அவ்வளவு எளிதானதல்ல. அதேசமயம் சூழல் நெருக்கும்போது அதுவொன்றும் அவ்வளவு கடினமானதுமல்ல. நகரின் வெளிப்புறங்களிலெல்லாம் அவர்கள் அதிகமாகத் தென்படுகிறார்கள். என்னதான் இந்தியன் என்று சொல்லிக்கொண்டாலும் அவர்களின் முகவெட்டு சற்றேனும் வேறுபட்டிருக்கின்றதை மறுக்க முடியாது. முகவெட்டிலிருந்து தலைமுடி, உடல்வாகு, அவர்கள் உடுத்தும் உடை, அணியும் செருப்பு, கையில் கட்டியிருக்கும் கயிறு என எல்லாமே சற்று அந்நியத் தன்மையைக் காட்டுகின்றன.

உடல் உழைப்பைக் கோரும் எல்லா நிறுவனங்களிலும் அவர்கள் மெல்ல மெல்லக் கலந்து வருகிறார்கள். ஆங்காங்கே பணியாற்றும் அவர்களுக்குள் ஒரு வலைப் பின்னல் ஏற்பட்டுவிடுகிறது. வந்திறங்கிய மூன்று நான்கு மாதங்களுக்கு பிரமிப்பாக இருக்கும் இந்த மண்ணும் மனிதர்களும் அட இவ்வளவுதானா என பழகிப் போகுமொரு தினத்திலிருந்து அங்கிருந்து இங்கும் இங்கிருந்து அங்குமென இடமாறிக்கொண்டேயிருக்கிறார்கள்.

நகரத்தின் மிக முக்கியமான இரண்டு குடியிருப்புப் பகுதிகளின் நடுவே உள்ள பகுதியொன்றில் வரிசையாக ஐந்து வீடுகள் இருக்கின்றன. அவற்றை வீடென்று சொல்ல முடியாது. நீளமான சிமெண்ட் சீட் கூரையின் கீழ், சுவர்களை தடுப்பாக வைத்து

ஒவ்வொன்றிற்கும் கதவு போட்டிருக்கிறார்கள். ஒரு குடும்பம் தங்கும் இடம் சுமாராக 150 முதல் 200 சதுர அடிக்குள்தான் இருக்கும். அவ்வீடுகளில் பெரும்பாலும் ஆண்கள் மட்டுமே தென்பட ஓரிரு வீடுகளில் மட்டுமே பெண்களும் குழந்தைகளும் தென்படுவர். அந்த வீடுகளிருக்கும் வீதி வழியே இளங்காலைப் பொழுதுகளில் அவ்வப்போது ஒரு ஆண் – பெண் ஓரிரு குழந்தைகளுடன், ஒருவருக்கொருவர் சில அடிகள் தொலைவு இடைவெளி விட்டு நடந்து வந்துகொண்டிருப்பார்கள். தலையில் மூட்டை முடிச்சுகள் இருக்கும். அநேகமாக ரப்திசாகர் ரயிலில் வந்திறங்கியவர்களாக இருக்கலாம்.

அடிக்கடி கடந்து செல்லும் பாதையென்பதால் அவ்வீட்டின் முன்னே இருக்கும் முகங்களை அவ்வப்போது பார்க்கத் தவறுவதில்லை. சமகால இடைவெளிகளில் அங்கு பார்த்து மனதிற்குள் சேமித்திருக்கும் முகங்கள் காணாமல் போய், புதிய முகங்கள் அங்கிருப்பதைக் கண்டு ஆச்சரியப்படத்தான் வேண்டியிருக்கிறது.

தம் மண்ணை விட்டுப்போவது என்பது அவ்வளவு எளிதான காரியமன்று. மண் என்பது அந்த நிலத்தை, வகையை மட்டுமே குறிப்பதன்று. தன் வேரை அல்லது தன் கிளையை இடம் மாற்றுவது. இந்த இடமாற்றம் மிகப்பெரிய விளைவுகளை மௌனமாக நிகழ்த்திக்கொண்டேயிருக்கின்றது. இங்கிருக்கும் ஒரு கிராமத்திலிருந்து பெரு நகரத்தின் தகவல் தொழில்நுட்ப பள்ளத்தாக்கில் இறங்குபவனுக்கும், பீகார் மற்றும் ஒரிசாவின் சபிக்கப்பட்ட பகுதியிலிருந்து தமிழகத்தின் செழிப்பான ஒரு பகுதிக்குள் நுழைகின்றவனுக்கும் இருக்கும் மிகப் பெரிய ஒற்றுமைகள், அவரவர் திறன், தகுதிக்கு ஏற்ப பெரிய அளவில் பொருளீட்டுகிறார்கள் என்பதும், அதற்கு நிகராய் தம் நிறத்தை இழக்கத் தொடங்குகிறார்கள் என்பதுவும்தான். தம் மண்ணில்தான் மகிழ்ந்திருந்த ஒவ்வொன்றோடும் புலம்பெயர்ந்த இடத்தில் இருப்பதை ஒப்பிட்டு உழலத் தொடங்குகிறார்கள் என்பதையும்கூட இணைத்துக்கொள்ளலாம்.

எது வசதியானதாகத் தோன்றுகிறதோ அதுவே ஒரு கட்டத்தில் அலுப்பூட்டுகிறது. எதை இலக்கென்று நினைத்தார்களோ, அதை எட்டியபின் அந்த உச்சியிலிருந்து இறங்க முடியாத அவஸ்தையும் ஏற்படுகிறது. மாற்றங்கள் கூடாதொன்றல்ல. இந்த உலகில் மாறாமல் என்ன இருக்கின்றது?. ஆனால் இந்த மாற்றங்களுக்குக் கொடுக்கும் விலை சமன் செய்யப்பட்டதா, சமன் செய்யப்படாததா,

புரிந்துகொள்ளப்பட்டதா, ஏற்றுக்கொள்ளப்பட்டதா என்பதுதான் முக்கியமாகப் படுகின்றது.

சத்தியமங்கலம் வனத்தின் ஒரு சரிவிலிருக்கும் கிராமம் அது. அங்கிருக்கும் மக்களின் வாழ்க்கை முறை முற்றிலும் வேறானது. இன்றும்கூட அவர்களின் வாழ்க்கை முறை ஆச்சரியகரமானதுதான். அங்கு சென்று குடியேறிய மக்களின் வாழ்க்கை முறை வேறானது. சுமார் நாற்பது ஐம்பது ஆண்டு காலக் கலப்பு பல முரண்களைக்கொண்டது. காலம் காலமாய் அவர்கள் செய்து வந்த பயிர்கள் அங்கு சென்று குடியேறிய கொங்கு நில மக்களால் மாற்றப்பட்டிருப்பதைக் காண நேர்கிறது. அவர்களின் நிலத்திற்குள்ளும் செல்போன் கோபுரம் சிவந்து நிற்கிறது.

அந்தக் கிராமத்தின் சாலையோரம் நின்றுகொண்டிருந்தேன். கூப்பிடு தொலைவில் வனம். ஒரு நபர் மட்டும் சுமார் 300 மாடுகளை அந்த சாலை வழியே ஓட்டிச் செல்கிறார். அவையாவும் நாட்டு மாடுகள். அவைகளுக்குள் கலப்பு தென்படவில்லை. கிராமத்தின் வீட்டுப் பட்டிகளில் இருக்கும் மாடுகள் காலை வேளைகளில் ஒன்றாக அருகிலிருக்கும் வனத்தை நோக்கி விரட்டப்படுகின்றன. அவைகளுக்குத் தேவையான தீவனத்தை வனம் வைத்திருக்கிறது. அவைகளைத் தீனியாக எடுத்துக்கொள்ளவும் அந்த வனம் தனக்குள் சிறுத்தைகளையும் வைத்திருக்கின்றது. கும்பலாகச் செல்லும் மாடுகள் தேடித்தேடி உண்கின்றன. சுதந்திரமாய்த் தங்களுக்குள் புணர்ந்து இனம் பெருகின்றன. பசியாறியவுடன் அருகிலிருக்கும் நீர் நிலைகளில் நீரைப் பருகிவிட்டு தத்தமது பட்டியை தாமாகவே மாலைப் பொழுதுகளில் வந்தடைந்து விடுகின்றன. அவை இடும் சாணம் சேகரிக்கப் படுகின்றது.

என்னுடைய சமவெளிப் புத்தி, ஒவ்வொரு மாட்டையும் வியாபாரக் கண்ணோடு பார்க்கிறது. ஒரு மாட்டின் விலை இவ்வளவு போகுமா, அவ்வளவு போகுமா என்று. அடுத்து இந்த மாட்டின் மூலமாக என்ன லாபம் கிடைக்கும் என்பதையும் கணக்கிடுகிறது. ஈரோடு பகுதியிலிருந்து நாற்பது வருடங்களுக்கு முன்பு அங்கு சென்று நிலம் வாங்கி(!) மஞ்சள் கரும்பு என விவசாயம் செய்பவரிடம் அவர்களின் பெருந்தொகையான மாடு வளர்ப்பு குறித்துக் கேட்டால் "இத வளர்த்துறதே சாணிக்கும் கறிக்கும்தான். சாணி வாங்குறதுக்கு ஆளு வருது. மாட்ட கேரளாவுக்கு கறிக்கு வித்துருவாங்க. எவன் பால் பீச்சி ஊத்துறான்". மாடு என்பதை பாலுடன் மட்டும் பொருத்திப்

பார்க்கும் சமவெளிப் புத்தி அந்த மாடுகளை கறவைக்கு அதிகம் பயன்படுத்துவதில்லை என்பதை ஆச்சரியமாய்ப் பார்க்கிறது.

அவர்களைப் பொறுத்தவரையில் அவர்கள் வாழ்ந்து வந்த வாழ்க்கை செம்மையானது, போற்றுதலுக்குரியவைதான். ஆனால் இங்கிருந்து புலம்பெயர்ந்தவர்கள் புதிது புதிதாய் கற்றுக் கொடுத்திருக்கிறார்கள். காலம் காலமாய் கடைபிடித்து வந்த வாழ்க்கை முறையின் சங்கிலிக் கண்ணியின் துண்டிப்பைச் சகிக்கவும் முடியாமல். புதிதாய் வந்து மோதும் மாற்றங்களை ஏற்றுக்கொள்ளவும் முடியாமல் ஒரு குழப்பமான நிலையிலேயே அவர்கள் நாட்களைக் கடந்து போகிறார்கள்.

ஒடியன் லட்சுமணன் தமிழில் எழுதியிருக்கும், எழுத்து வடிமற்ற இருளர்களின் மொழிக் கவிதையொன்று நினைவுக்கு வருகின்றது.

அஞ்சு இட்டிலிக்கூ
ஆறு ஏக்கரே கொடாத்து
காலேவாயிலே
கல்லூ சொமக்கே நா
மண்ணுபாசோ விடுகாதில்லே
ம்க்கூம்
எல்லா சூளேயும்
இச்சாதாஞ் செவக்கு

(இருளர்களிடம் ஐந்து இட்டிலிக்கு ஆறு ஏக்கர் எனக் கைப்பற்றிய நிலத்தில் செங்கல் சூளை அமைக்கிறார்கள் கீழ்நாட்டுக்காரர்கள். மண்ணைப் பிரிய மனம் இல்லாத இருளன் அதே சூளையில் ரத்தம் சுண்ட மண் சுமக்கிறான்.)

ஏதேதோ காரணங்களின் அடிப்படையில் புலம்பெயர்தல் என்பது தவிர்க்க முடியாததாகிவிட்டது அல்லது தவிர்க்க முடியாததென நாமே நம்பத் தொடங்கி விட்டோம். எல்லாப் புலம் பெயர்தலுக்குப் பின்னும் ஒரு போதாமை இருக்கத்தான் செய்கின்றது. புலம் பெயர்ந்தபின் பெயர்ந்தவருக்கோ அல்லது வந்திறங்கிய நிலத்தில் இருப்பவருக்கோ ஒரு போதாமை மௌனமாய் வளர்ந்துகொண்டேதான் இருக்கின்றன. போதாமை வென்றுகொண்டேயிருக்கிறது.

தமிழன் அமுதம், அக்டோபர் - 2015

குரங்குப் பேனா சூத்திரம்

ரெயான் ஃபிலிப் நம் வீட்டிலோ அல்லது நெருங்கிய உறவிலோ அதி அழகாய் இருக்கும் ஐந்தாம் வகுப்பு படிக்கும் ஒரு செல்லக் குழந்தையின் பிம்பம்தான். அந்த முகமும், கண்களும், அவன் விளையாட்டும், குறும்பும் அவனைப் பார்க்கும் எவருக்கும் அவனைப் பிடிக்கும்.

தொலைக்காட்சி சமையல் நிகழ்ச்சி படப்பிடிப்பொன்றில் அவன் அம்மா பங்கெடுத்துக்கொண்டிருக்கும்போது இடையில் புகுந்து மொத்த உப்பையும் உணவுப் பண்டத்தில் கொட்டி நிலைகுலையச் செய்கிறான். நண்பர்களை ஒன்றாக கூட்டுச் சேர்த்துக்கொண்டு வகுப்பிற்கு தாமதமாகச் செல்கிறான். மறந்தும்கூட வீட்டுப் பாடம் செய்து விடுவதில்லை. கணக்கு வீட்டுப் பாடம் செய்யாததற்காகத் தண்டிக்கும் வகுப்பாசிரியரிடமிருந்து தப்பிக்க நன்றாகப் படிக்கும் வகுப்புத் தோழியை காதலித்தால் உதவி கிட்டுமென நினைத்து காதல் கடிதம் கொடுக்கிறான்.

சண்டை ஒன்றில் கூர்மையான பென்சில் முனையால் சக மாணவன் டெசிமலின் பின் பக்கம் குத்துகிறான். டெசிமலின் அப்பா வீட்டுக்கு வந்து சண்டை போடும்போது "கடவுளின் சுவை அன்பு" என சற்று முன் அப்பா ராய் ஃபிலிப் சொன்னதையே நினைவூட்டி தப்பித்துக் கொள்கிறான். அடுத்த நாள் அது குறித்து பள்ளி முதல்வரிடம் புகார் வருகிறது. டாக்டரிடம் போய் 'மாறுவேடப்போட்டி' எனச் சொல்லித் தலையிலும், கையிலும் கட்டுப் போட்டுக்கொண்டு வந்து டெசிமல் தன்னை

அடித்து கையை ஒடித்து விட்டதாகப் பொய் சொல்லி தப்பித்துக்கொள்கிறான்.

"நாளை கணக்கில் வீட்டுப் பாடம் செய்யவில்லையென்றால் பள்ளி அசெம்பளியில் வைத்து 'ஆகச்சிறந்த முட்டாள் ரெயான்' என அறிவிப்பேன்" என கணக்கு ஆசிரியர் பப்பன் மிரட்ட அவன் அதிர்ந்து போகிறான். கணக்குப் பாடம் கசக்கிறது. கணக்கை நினைத்தால் உறக்கத்திலும் வகுப்பிலும் அப்படியே சிறுநீர் கழித்து விடுபவனாக இருக்கிறான். கணக்கை நினைத்து கலங்குபவனின் கனவில் கடவுள் தோன்றி வருடிக் கொடுத்து சமாதானப்படுத்தி ஆற்றுப்படுத்துகிறார்.

காலையில் பதட்டத்தோடு பள்ளி செல்லும்போது எதிரில் வரும் காரைக் கண்டு மிரண்டு, காரில் இருக்கும் முதியவரோடு சண்டை பிடிக்கிறான். "போடா கெழவா" எனத் திட்டிவிட்டுக் கடக்கிறான். பள்ளியில் பப்பன் தவறவிடும் கைபேசியை எடுத்து, முதலமைச்சருக்கு மிரட்டல் விடுத்து அவரைப் போலீஸில் சிக்கவைக்கிறான்.

திருமண நிகழ்வொன்றில், முன்பு சாலையில் திட்டிவிட்டுச் சென்ற அந்த தாத்தாவை, சந்திக்கிறான். அங்கும் சண்டை துளிர்க்கிறது. தாங்கள் உண்மையில் தாத்தா பேரன்தான் என்பது அவர்களுக்குப் புரிகிறது. விடுமுறைக்கு கப்பல் கேப்டனாக இருந்த தாத்தா வீட்டிற்கு அப்பாவால் வலிந்து அனுப்பப்படுகிறான். தாத்தா அவனை ஏற்றுக்கொள்ளவில்லை. விரட்டிவிடுகிறார். சுற்றுச்சுவர் தாண்டிக் குதித்து உள்ளே செல்கிறான். நாயை விட்டு விரட்டுகிறார். நாயை வசியப்படுத்தி வருடிக் கொடுக்கிறான். தன் குறும்புகளால், செயல்பாடுகளால் அவரை ஏற்றுக்கொள்ள வைக்கிறான் ரெயான்.

விடுப்பு முடிந்து தாத்தா வீட்டிலிருந்து திரும்பும்போது அதிசய சக்தி வாய்ந்த ஒரு குரங்குப் பேனாவை எடுத்து வருகிறான். அந்தப் பேனாவின் கதை நம்ப முடியாத அதிசயம்கொண்டது. அதை வைத்திருப்பவர்களுக்குச் சிக்கல் வரும்போது, இரவில் குரங்கு பேனா சிக்கலுக்கான தீர்வுகளை எழுதி வைத்துவிடுகிறது. வழக்கம்போல் அன்றைய நாளும் வீட்டுப்பாடம் செய்யாமலேயே உறங்குகிறான். அடுத்த நாள் வகுப்பில் வீட்டுப்பாடங்கள் பரிசோதிக்கப்படும்போது, வகுப்பிலேயே ரெயான் மட்டுமே கணக்கில் வீட்டுப்பாடம் செய்தவனாக இருக்கிறான். நண்பர்கள் அதிர்ச்சியில் கேட்க அது "குரங்குப் பேனா" செய்த மகிமையாக இருக்கலாம் என்கிறான். குரங்குப் பேனாவும்தான் சொல்லும்

மாற்றங்களைச் செயல்படுத்தினால், வீட்டுப் பாடத்தில் உதவுவதாகச் சொல்கிறது. ஒப்புக் கொள்கிறான்.

பள்ளியில் "ஆசிரியர்களைச் சந்திக்கும்போது பணிந்து நின்று வணக்கம்" சொல்லச் சொல்கிறது. ரெயான் அவ்வாறே செய்கிறான். அத்தோடு அதை பள்ளியில் இருக்கும் வானொலி மூலம் அனைவருக்கும் பரிந்துரைக்கிறான். மாற்றங்களை பள்ளி ஏற்றுக்கொள்கிறது. அதை ரசிக்கிறது. அனுபவிக்கப் பழகுகிறது.

இரண்டாம் நாள் "புன்னகையோடு அன்றைய நாளைத் துவங்கு" என்கிறது. அவனும், அவன் பள்ளியும் அதைப் பின்பற்றுகிறார்கள். மூன்றாம் நாள் "மதிய உணவு பாத்திரத்தை சுத்தம் செய்ய" அறிவுறுத்துகிறது. எல்லோரும் அந்த மாற்றத்தை செயல்படுத்துகிறார்கள். நான்காம் நாள் "வகுப்பறையையும், சுற்றத்தையும் சுத்தமாக வைத்துக்கொள்ள" சொல்கிறது. அனைவரும் அவரவர் வகுப்பறையை சுத்தம் செய்கின்றனர்.

ஐந்தாம் நாள் பள்ளி முதல்வரை வம்பிழுத்து, சவால் விடுத்து அவரை ஒரு வகுப்பறைக்குள் நுழையச் செய்கிறான் ரெயான், அங்கே அவருடைய பிறந்தநாளை அனைவரும் கொண்டாடுகிறார்கள். கலங்கிப்போகிறார் முதல்வர். "பிறந்தநாளில் வாழ்த்துச் சொல்லி ஆசிரியர்களை ஆச்சரியப்படுத்துங்கள்" என்பதுதான் குரங்குப் பேனாவின் அறிவுரை.

ஆறாம் நாள் "தான் உண்பதை மற்றவர்களுடன் பகிர்ந்து கொள்ளுங்கள்" எனச் சொல்கிறது. எப்போதும் ஆப்பிள் சாப்பிட்டுக்கொண்டேயிருக்கும் முதல்வர் தன்னிடம் இருக்கும் மற்றொரு ஆப்பிளை அலுவலக உதவியாளரோடு பகிர்ந்து கொள்கிறார்.

மாற்றங்கள் வெகுவேகமாக நிகழ்ந்தேறி நல்ல பழக்கங்களாகி விடுகின்றன. குரங்குப் பேனா வீட்டுப் பாடங்களை நேர்த்தியாக செய்து தர, பள்ளியிலும் அற்புதமான செயல்களை தினந்தோறும் அறிவித்து நல்ல மாற்றங்களுக்கு வழி வகுத்த ரெயான் அந்த ஆண்டின் சிறந்த மாணவனாக தேர்ந்தெடுக்கப்படுகிறான். வீட்டுப் பாடத்திற்காக அவன் காதலித்து திருமணம் செய்து கொள்ள விரும்பிய அந்த மாணவி அவனைப் பிடித்திருக்கிறது எனச் சொல்கிறாள். அடுத்த நாள் பள்ளி வாகன விபத்தில் மடிந்து போகிறாள்.

ரெயான் கலங்கிப் போகிறான். அம்மாவின் மடியில் படுத்துக்கொண்டு "நான் கெட்ட பையனா அம்மா?" என அழுகிறான். "நீ செய்தது தப்புனு உணர்ந்ததால, உனக்கே நீ

கெட்ட பையன்னு தோணுது. அப்படித் தோணுவதாலேயே நீ நல்ல பையன்” எனச் சமாதானப் படுத்துகிறாள் அம்மா. தோழியின் நினைவாக பள்ளிப் போக்குவரத்து குறித்த மிகப்பெரிய விழிப்புணர்வுக்கு வழிசெய்கிறான்.

இப்போது ரெயான் அனைவருக்கும் பிடித்த குழந்தையாகிப் போகிறான். அழகிய கடற்கரையில் அமர்ந்திருக்கும் அந்த இறுதிக் காட்சியில் அப்பா ராய் ஃபிலிப் வருகிறார். அவனோடு மென்மையாகப் பேசிக்கொண்டிருக்கிறார். அவனுக்கு நிறைய உணர்த்துகிறார். அவர் திரும்பிச் செல்லும்போது “அப்பா” என அழைக்கிறான். அவர் திரும்பிப் பார்க்க “ஹோம் வொர்க் செய்தது நீங்களா!?” எனக் கேட்கிறான். “எந்த ஹோம்வொர்க்!?” எனக் கேட்டுவிட்டு திரையில் நம்மை நோக்கி மெலிதாய் ஆனால் அழுத்தமாகவும் அழகாகவும் புன்னகைக்கிறார் ராய் ஃபிலிப்.

அது வெற்றியின் புன்னகை. திடத்தின் புன்னகை. பொறுமையின் புன்னகை. அதையெல்லாம் விட நல்லதொரு தந்தைமையின் புன்னகை. அசாத்திய சக்திகொண்டிருந்த அந்த குரங்குப் பேனா என்பது அந்த தந்தைதான் என்பதை அந்தப் புன்னகை நொடிப்பொழுதில் உணரவைத்து அந்த தந்தைமைக்காக எழுந்து நின்று கை தட்டி வணக்கம் செலுத்த வைக்கிறது.

2013ல் வெளியான மலையாளப் படமான “பிலிப்ஸ் அன் த மங்கி பென்” சமீப ஆண்டுகளில் மிக அதிக முறை நான் பார்த்த படம். இன்னும் பார்க்க விரும்பும் படமும்கூட.

எல்லா வீடுகளிலும் இவ்வாறாகத்தான் ஒரு குழந்தையோ, ஒரு உறவோ ஒன்றுக்கும் ஆகாதவர்களாக, முரட்டுத்தனமானவர்களாக, தகாத செயல் செய்பவர்களாக, செயல்படாதவர்களாக அமைந்துவிடுகின்றனர். நமக்கும் அவர்கள்தான் நம் வாழ்க்கையின் மிகப் பெரிய குறைபாடாக, புலம்பலின் முதல் எழுத்தாக அமைந்துவிடுகின்றனர். இனி எவ்விதமும் அவர்களை மாற்றவோ, திருத்தவோ முடியாதென ஆழமாக மற்றும் திடமாக நம்புகிறோம். வாழ்தலில் பிழைத்துப்போகும்போது, அந்த அவநம்பிக்கையை மிகப் பெரிய காரணமாகச் சொல்லித் தப்பித்துக் கொள்ள முயல்கிறோம்.

ரெயான் ஃபிலிப் கிடைத்ததுபோல், அசாத்திய மாய சக்திகொண்ட குரங்குப் பேனா, சிறியவர்களோ பெரியவர்களோ ரெயான் போன்று சிக்கல்கொண்டிருப்பவர்களுக்கு கிடைத்து விட்டால்போதும்... அவர்களும் தங்களுக்குள்ளும், தங்களைச் சுற்றியும் மாற்றங்களை உருவாக்கிக்கொண்டு, அதைப்

பழக்கப்படுத்தி நல்லவர்கள் என்றதொரு அடையாளத்திற்குள் வந்துவிட முடியும்.

அழுத்தமாகச் சொல்ல விரும்புவது அப்படியானதொரு குரங்குப் பேனா கிடைப்பது ரெயான்களின் கையில் இல்லை. அது அவர்களைச் சுற்றியும் 'நீ சரியில்லாதவன்', 'மக்கு', 'முட்டாள்', 'ஒன்றுக்கும் உதவாதவன்' என முழக்கம் எழுப்பும் நம் கையில்தான் இருக்கிறது. இன்னும் சரியாகச் சொல்ல வேண்டுமென்றால் அந்த குரங்குப் பேனாவாக மாற வேண்டியதே நம்முடைய மிக முக்கியக் கடமையாகும். குரங்கிலிருந்து வந்தோம் என அறிவியல் சொல்லும்போது உடனிருப்பவரை நல்வழிப்படுத்த, செம்மைப்படுத்த, மீட்டெடுக்க குரங்குப் பேனாவாக மாறுதல் ஒன்றும் இழுக்கல்ல. மேலும் அது மிகச் சிரமமான காரியமுமல்ல...

"நம் தோழி" அக்டோபர் - 2015

கூடுகள் உடைபட வேண்டும்

நாம் ஈடுபடும் எல்லாக் காரியங்களிலும் ஒரு இணக்கமான, சுபமான, பிடித்த ஒரு முடிவை எட்டுவதுதான் நம் விருப்பமாகவும் ஆசையாகவும் இருக்கின்றன. அப்படி எட்டுவதைத்தான் வெற்றி என்றும் கருதுகிறோம். நம் அன்றாடத்தில் எடுத்துக்கொண்டாலே களைத்த நேரத்தில் பூரண ஓய்வு, இரவுகளில் முழுமையான உறக்கம், பசித்த வேளைகளில் பிடித்த உணவு, குளியலின் முடிவில் புத்துணர்வு, வாசித்து நிமிர்கையில் திருப்தி மற்றும் அறிதலின் ஒளி, பயணங்களில் அழகிய அனுபவங்கள் என நாம் மேற்கொள்ளும் ஒவ்வொன்றிலும் ஒன்றை விரும்பிக்கொண்டுதான் இருக்கின்றோம். ஒருவகையில் நாம் எதிர்பார்த்ததை அடைவதை அல்லது சுபமான நிறைவடைதலைத்தான் வெற்றி என்றும் அழைக்கிறோம்.

ஆனால் வெற்றியென்பது அது மட்டுமேயன்று. வெற்றி என்பதை அளவிட குறைந்தபட்சம் மூன்று நிபந்தனைகளை பூர்த்தி செய்ய வேண்டியிருக்கிறது. நிர்ணயித்ததை அடைந்திருக்க வேண்டும். அடைய வேண்டியதை குறித்த கால எல்லைக்குள் அடைந்துவிட வேண்டும். மிக முக்கியமானது முறையான வழிகளில் அடைந்திருக்க வேண்டும். அப்படிப்பட்ட வெற்றிதான் உண்மையில் அங்கீகரிக்கப்படும். சில வேளைகளில் மேற்கூறியவற்றில் ஏதாவது ஒன்றை பூர்த்தி செய்யாமலும் வெற்றியாக அறிவிக்கப்படுவதும் உண்டு. அது, ஊருக்கும் உலகத்திற்கும் வெற்றியாகத் தோன்றலாம். ஆனால் அதில் ஈடுபவருக்கு, நிகழ்த்த முனைபவருக்கு இந்த மூன்றையும் பூர்த்தி

செய்து அடையப்படும் வெற்றி மட்டுமே பரிபூரண வெற்றியாக மனநிறைவைத் தரும்.

இலக்கை அடையாமல் வெற்றியீட்டியதாக நினைப்பது நம்மை நாமே ஏமாற்றிக் கொள்வதுதான். குறித்த காலத்தில் திருமணம் செய்து கொள்ள விரும்புபவர் ஏறத்தாழ அந்தக் குறித்த காலத்திற்குள் திருணம் செய்து கொள்வது மட்டுமே அது வெற்றியாகக் கருதப்படும். மிக முக்கியமாக, அடைய வேண்டிய எதையும் அதற்கான முறையான, நியாயமான வழிகளிலேயே அடைய வேண்டும். காசு சம்பாதிக்க வேண்டும் என்ற இலக்கில் மனநிறைவையும் தன்னம்பிக்கையும் தரும் வெற்றி என்பது நேர்மையான வழியில் சரியான உழைப்பின் வாயிலாக ஈட்டப்படும் காசு மட்டுமே.

வெற்றி என்பது நினைத்ததை, குறித்த காலத்திற்குள், சரியான வழிகளில் அடைந்து விடுவது மட்டுமல்ல. நினைத்ததை அடைவதில் ஏற்படும் மனநிறைவு, அதன் மூலம் கிட்டும் தன்னம்பிக்கை, மனதிற்குள் நிகழும் நல்ல மாற்றம் ஆகிவற்றை சேர்ந்ததுதான். தன்னால் அடைய முடிந்தது எனும் 'தனக்குள் ஜீவிக்கும் தனக்கான நம்பிக்கை'.

பிறந்த குழந்தை உடனே எழுந்து நடக்கவோ, ஓடவோ செய்து விடுகிறதா என்ன? அதற்கான வலுவும், அவசியமும் வரும்வரை காத்திருந்து அதன்பின்தானே அதை நிகழ்த்த முற்படுகின்றது. முதலில் குப்புற விழ முயல்கிறது. வயிற்றில் உந்தித் தவழ முற்படுகிறது. மண்டியிட்டு நடைபயில ஆரம்பிக்கிறது. எதையேனும் பற்றி எழுந்து நிற்கிறது. தத்தித் தத்தி நடக்க முயற்சி செய்கிறது. இவை ஒவ்வொன்றிலும் முதல் வெற்றிக்கு முன்பான பல தோல்விகளை, சவால்களை எதிர்கொள்கிறது. ஆனாலும் முயல்கிறது. எல்லாம் கை வருகிறது. ஒரு கட்டத்தில் ஓட்டப் பந்தயத்திலும்கூட கலந்து கொள்ளும் அளவிற்கு முன்னேறுகின்றது. ஒவ்வொரு கட்டத்திலும் அதன் முயற்சிக்கு கிடைத்த வெற்றியில் சேகரமான மனநிறைவும் தன்னம்பிக்கையும் அந்தக் குழந்தையை வளர்ந்த பிறகும் ஒவ்வொரு சவால்களையும் சந்தித்து வெல்லும் ஆற்றலை, நம்பிக்கையை, வலுவைத் தருகிறது.

உதாரணத்திற்கு ஒரு போட்டி வைத்து சாக்லெட்டுகளைப் பரிசளிக்கின்றோம் என வைத்துக் கொள்வோம். வெல்பவர்களுக்கு சாக்லெட்டுகள் அளிக்கின்றோம். வெற்றியடைந்தோர் மகிழ்ந்து விரும்பி உண்கின்றனர். சாக்லெட்டின் சுவை எவ்வளவு காலம் நாக்கில் இருந்துவிடப் போகின்றது?. எளிதில் மறந்து போகும் சாக்லெட் சுவைகளுக்காகத்தான் போட்டியில் முனைப்போடு

செயல்பட்டு வெற்றி ஈட்டினார்களா? இப்போது எண்ணிப் பார்த்தால், போட்டிகளில் வென்றவர்களுக்கு பரிசாகக் கிடைத்த சாக்லெட்டுகள் குறித்து எதுவும் மிஞ்சியிருக்கவில்லை. ஆனால் அந்தப் போட்டியில் வெல்லும் சூத்திரம், அதற்கு எவ்வாறான உழைப்பினைக் கொடுக்க வேண்டும், எவ்வளவு திறன், வலு தேவை என்பவை காலம் முழுமைக்கும் மனதில் அழியாமல் இருக்கும்.

ஆக, வெற்றி என்பது ஒரு பொருளை, பதவியை, இடத்தை அடைந்து விடுதல் மட்டுமே அல்ல. மனதால் உணரப்படுவது. நம்பிக்கையை இன்னும் உயர்த்திப் பிடிப்பது அல்லது பொருத்தமான பாடத்தைக் கற்பிப்பது.

எல்லோருக்குமே வெற்றியின்மீது தீராத மோகம்தான். எனினும் ஏன் வெல்பவர்களின் எண்ணிக்கை மிகக் குறைவாக இருக்கின்றது என்பதற்கு விடை காண்பதும் மிக அவசியம். வெற்றியை நோக்கி பயணத்தைத் துவங்க வேண்டியவர்களில், அனைவருமே அதற்கான பயணத்தைத் துவங்கி விடுவதில்லை. அதனால் பயணமே துவங்காதவர்கள் எந்தவகையிலும் பலனையும், சிறப்பையும், நிறைவையும் எதிர்பார்க்க நியாயமில்லை.

அரங்கு நிறைந்த மக்கள் கூட்டத்தில் "இரண்டு பேர் மேடைக்கு வாருங்கள்" என அழைப்பு விடுக்கப்படுகிறது. அப்போது உடனடியாக அந்த அரங்கில் இருக்கும் அனைவருமே தாம்தான் அந்த அழைக்கப்பட்ட இரண்டு பேரில் ஒருவர் என ஓடி வருவதில்லை. யாரேனும் தாம்தான் அழைக்கப்பட்டவர் என எழுந்து வந்தால், அவர்கள் மட்டுமே தாம் பயணத்திற்குத் தயார் என அறிவிக்கின்றவர்களாகிறார்கள். அவர்களே களத்தில் நிற்கும் மனநிலை வாய்த்தவர்கள். வெற்றிக்கான பயணத்தில் தன்னை தகுதியானவராய் உணர்கிறவர்கள். பொதுவாக அப்படியான அறைகூவல் விடுக்கப்படும்போது அந்தக் கூட்டத்தில் 99% மனிதர்கள் 'அழைக்கப்பட்ட அந்த இருவர் நாமல்ல' என நம்புகிறார்கள். அப்பெருங்கூட்டத்திலிருக்கும் அந்த இருவரை 'தமக்குத் தொடர்பற்று எங்கோ இருப்பவர்கள்' எனக் கருதுகிறார்கள். அப்படியாக அவர்கள் எழுந்து போகும்போது அமர்ந்திருக்கும் பலர் 'தாம் தப்பித்தோம்' என ஒருவித நிறைவு கொள்கிறார்கள், சிலர் "அட நாம போயிருந்திருக்கலாமோ!?" என தாமதமாக வருத்தப் படுகிறார்கள்.

மேடைக்கு அழைக்கப்படும்போது ஆயிரக்கணக்கான மக்கள் அமைதியாக அக்கம் பக்கம் பார்க்கும் கணப்பொழுதில்தான்

அதற்குத் தகுதியானவர்கள் என்று எழுந்தோடும் அந்த இருவருக்குள் சில முக்கியக் காரணிகள் இருக்கின்றன.

அரங்கின் மையத்திலிருந்து குரல் ஒலிக்கிறது அது அங்கிருக்கும் அனைவரின் காதுகளிலும் நுழைந்து மூளைக்கு எட்டுகிறது. "எதற்காகக் கூப்பிட்டிருப்பாங்க? ஏன் போகனும்? போனா என்ன நடக்கும்? போகனுமா? நமக்கெதுக்கு அந்த வேலை?" இது போன்ற கேள்விகள் சுரந்துகொண்டிருக்கும் தருணத்தில், இந்தக் கேள்விகளுக்கு பதில் தயாரித்து சமாதானப் படுத்திக்கொள்ளும் முன்பாகவே "எதுக்காக இருந்தாலும் சரி, நாம போவோமே" என நொடிப் பொழுதில் மேடைக்குச் செல்லும் முனைப்பிருப்பவர்கள், 'தாம் யார்' என முதலில் தம்மிடம் நிறுவுகிறார்கள்.

அழைத்த காரணம் என்னவாக இருந்தாலும், அதில்தான் பங்கெடுக்க முடியும் என தனக்கு நிறுவியதோடு அங்கிருக்கும் அனைவரிடமும்தான் அதற்கு தயாராக இருப்பதாக பிரகடனப்படுத்துகிறார்கள். அதன்பின் எதற்காக அழைக்கப்பட்டிருந்தார்களோ அதை எதிர்கொள்கிறார்கள். அந்த எதிர்கொள்ளல்தான் பல நேரங்களில் மிக அற்புதமான வாய்ப்பாக அமைந்து விடுகிறது. அது பல திறப்புகளை ஏற்படுத்துகிறது.

"இப்போது செய்துகொண்டிருப்பதையே தொடர்ந்து செய்தால், இப்போது கிடைத்துக்கொண்டிருப்பதுதான் தொடர்ந்து கிடைக்கும்" என்பது மிக எளிதான, நிதர்சனமான ஆனால் மிக முக்கியமான விதி. யாரொருவருக்கு தற்போது கிடைத்துக்கொண்டிருப்பதில் திருப்தி இல்லையோ, போதாமை இருக்கின்றதோ அவர்கள் அதுவரை செய்துகொண்டிருந்ததையே தொடர்ந்து செய்தால் ஒருபோதும் போதாமையும், திருப்தியும் சரியாகி விடாது.

என்ன செய்துகொண்டிருக்கிறோம் என்பதை உணர வேண்டியதும், அதையே செய்துகொண்டிருந்தால் அதே பலன்கள்தான் கிடைக்கும் என்பதை உணர வேண்டியதும்தான் மிக அவசியமானது. மாற்றம் வேண்டுமென நினைக்கின்றவர்கள், தாம் அதுவரையில் தம்மைச் சுற்றி பின்னியிருந்த கூட்டினை உடைக்கிறார்கள். வேண்டிய பலனுக்குத் தேவையான மாற்றங்களை நிகழ்த்த முற்படுகிறார்கள். அதற்குத் தோதான செயல்களைச் செய்யத் துவங்குகிறார்கள். வேண்டியதை அடைகிறார்கள்.

"நம் தோழி" நவம்பர் - 2016

ஆணையிடும் பிள்ளைகள்

பதின்ம வயது மாணவி ஒருத்தி தற்கொலை செய்துகொண்டாள். ஒரு சிறு பெண்ணின் மரணத்தை என்ன சொல்லி சமாதானப்படுத்திக்கொள்ள முடியும்? அவளின் மரணத்திற்கான காரணமும் முதலில் தெரியவில்லை. மரணத்தைவிட கொடியது, அதற்கான காரணம் என்னவென்றே தெரியாதது. தந்தையின்மீது அதீத பாசம்கொண்டிருந்த அவள், தந்தை குடிப்பழக்கத்தால் அழிந்துபோவதும், அசிங்கப்படுவதும் கண்டு மனம் வெறுத்துப்போய், தன் மரணமேனும் அந்த அப்பாவை குடிப்பழக்கத்தில் இருந்து மீட்குமா என்ற எண்ணத்தில் தன்னையே மாய்த்துக்கொண்டதாக செய்திகள் பின்னர் கசிய ஆரம்பித்தன.

கணவனின் குடிப்பழக்கத்தால் ஏற்பட்ட சண்டையின் முடிவாய், வாழ்க்கையை முடித்துக்கொள்ள விரும்பிய மனைவி தம் பிள்ளைகள் இருவரையும் கொன்றுவிட்டு தற்கொலைக்கு முயன்றிருக்கிறார். அதிர்ஷ்டவசமாகவோ, துரதிருஷ்டவசமாகவோ அவர் மட்டும் உயிர்பிழைத்த செய்தி உறையச் செய்தது. உயிர் பிழைத்த நிலையில், தம் பிள்ளைகளை கொலைசெய்த குற்றத்திற்காக சிறை சென்றிருக்கிறார். சட்டம் அளிக்கும் கருணையோ, தண்டனையோ ஒரு பக்கம் இருக்கட்டும்... பெற்றெடுத்த பிள்ளைகளை, தனது தற்கொலையை முன்னிட்டு அன்பின் காரணமாகவோ, பாதுகாப்பின் காரணமாகவோ, சுயநலத்தின் காரணமாகவோ கொலை செய்த கொடூரத்திலிருந்து மனதளவில் அவர் எவ்விதம் தன்னைத் தண்டிக்கப் போகிறார்

அல்லது விடுதலை செய்யப் போகிறார் என்பதுதான் புரியாத புதிராக இருக்கின்றது.

தனக்கு பாடம் சொல்லித் தரும் பள்ளி ஆசிரியரின் பாலியல் வன்கொடுமையால் சிதைக்கப்பட்ட ஒரு கிராமப்புற ஏழை மாணவி, தான் சிதைக்கப்பட்டதை வெளியில் சொன்னால், நம்பமாட்டார்கள் என அவநம்பிக்கை கொள்கிறாள். ஒருவகையில் அதுதான் உண்மையும்கூட. நம்ப வேண்டிய சாத்தியங்கள்கொண்டதை பல நேரங்களில் நம்ப மறுக்கும் அநீதியைச் செய்பவர்கள்தான் நாம். ஒரு கட்டத்தில் ஆசிரியரின் பாலியல் கொடுமைக்களுக்கு எதிராக, மரண சாசனம் எழுதி வைத்துவிட்டு, "இந்த மரணத்தின் காரணமாய் நீங்கள் நடந்த கொடூரத்தை நம்பித்தான் ஆகவேண்டும்" என்று கூறி தன்னை மாய்த்துக் கொள்கிறாள்.

இந்தப் பிள்ளைகளின் மரணங்கள் செய்திகளாக வாசிக்கும்போதும், காணும்போதும் ஏற்படும் அதிர்ச்சிகளை கால வெள்ளம் சலவை செய்துவிடுவதுதான் நம் பலவீனம். பெரிதாக வெளிச்சத்துக்கு வராமல், தற்காலிகமாக மட்டுமே அதிர்ச்சி தந்து, படிப்பினைகள் தராமல் போகும் குழந்தைகளின் மரணம் கொடும் சாபமன்றி வேறென்ன?

மரணம்தான் வாழ்வின் முடிவுப்புள்ளியென தத்துவார்த்தமாகச் சிந்தித்தாலும், வலிந்து திணிக்கப்படும், ஏற்படுத்திக்கொள்ளப்படும் மரணங்கள் எவ்வகையில் ஏற்புடையதன்று என்பதில் மாற்றுக்கருத்து ஏதேனும் இருக்க முடியாது.

பல மாதங்களுக்கு முன்பு கண்ட காட்சியொன்று மனதில் ஆழ நிலைத்து நிற்கின்றது. எத்தனையோ காட்சிகளைக் கண்டு நினைவடுக்கில் சேமித்திருந்தாலும் அந்தக் காட்சி மட்டும் நினைவை விட்டு அகலவேயில்லை.

நாகூர் தர்க்காவின் தெற்குப்புற வீதி அது. இரு சக்கர வாகனம் ஒன்று அதன் நெற்றிப்பொட்டில் ஈழப்போரில் கொல்லப்பட்ட பாலகன் பாலச்சந்திரனின் படத்தை தாங்கி நிற்கிறது. எழுபது வயதினை அண்மித்திருக்கும் பெரியவர் ஒருவர் வீதியில் வந்துகொண்டிருக்கிறார். இரு சக்கர வாகனத்தின் நெற்றிப்பொட்டில் இருக்கும் பாலசந்திரனனின் படத்தைப் பார்த்தவர் நெருங்கி வருகிறார். வாகன ஓட்டி வண்டியில் அமர்ந்து நிமிர்த்தி, வண்டியை உயிர்ப்பித்து நகர முற்படுகிறார்.

வாகனத்தை மிகச்சரியாக மறித்தவாறு நின்ற பெரியவர் வண்டியின் முகப்பை பிடித்தவாறு பாலச்சந்திரனின் படத்தை

உற்றுப் பார்க்கிறார். ஏதோ முணுமுணுத்தபடி விரல்களால் படத்தை வருடுகிறார். 'ஏன் இந்தப் பெரியவர் குறுக்கே வந்து வழி மறிக்கிறார்' என்பது போல் சற்றுக் கோபமாகப் பார்த்த அந்த வாகன ஓட்டி இளைஞர், பெரியவரின் கைகள் பாலச்சந்திரன் படத்தை வருடுவதைப் பார்த்ததும் தடுமாறுகிறார். அக்கம் பக்கம் பார்க்கிறார். அதைப் பார்த்துக்கொண்டிருக்கும் என்னையும் பார்க்கிறார். சட்டென வண்டியிலிருந்து இறங்குகிறார்.

பெரியவர் நிதானித்து நகர்கிறார். அவர் வாய் முணுமுணுப்பது உடைந்து கேட்கிறது. "இந்தப் பச்சப் புள்ளய அநியாயமா கொன்னுட்டாங்களே" என்பதையே திரும்பத் திரும்ப உச்சரித்தவாறு வீதியின் மையத்தில் நிற்கிறார். வேகமாய் வந்த வண்டியோட்டி ஒருவர் நடுவீதியில் நிற்கும் அவரைக் கண்டு ஒலிப்பானை அதிர விட, திடீர் ஓசையில் கலங்கித் தடுமாறுகிறார். பாலச்சந்திரன் படம் தாங்கிய வண்டிக்கு சொந்தக்காரரான இளைஞர், வண்டியை அணைத்துவிட்டு, நடந்தபடியே தள்ளிக்கொண்டு நகர்கிறார்.

அந்தப் பெரியவரின் கலக்கமும், தவிப்பும், தடுமாற்றமும் அந்தக் கணப்பொழுதில் அடங்கிவிடப் போவதில்லை. என்னைவிட்டு நகர்ந்து தூரத்தை – இடைவெளியை அதிகரித்துக்கொண்டிருக்கும் அவரையே பார்க்கிறேன். நடையில் கூடுதல் தளர்ச்சி. முதுகு கூடுதலாய் வளைவது போல் ஒரு தோற்றம். அவரின் அதிர்ச்சியும் வருத்தமும் உண்மையில் பாலச்சந்திரன் எனும் பாலகனின் நீதியற்ற கொடுமரணத்தைக் குறித்த செய்திகள் பார்த்ததும், கேட்டதுமான செயல்களின் விளைவாக இருக்கலாம்; அல்லது அவனுக்கு நிகரான ஒரு பேரப்பிள்ளையோ உறவுப் பிள்ளையோ அவரின் குடும்பத்தில் இருக்கலாம்; அல்லது இல்லாது போயிருத்தல் என்பதின் நீட்சியாகவும் இருக்கலாம்.

உலகத்தை உலுக்கிய பாலகன் பாலசந்திரன் மரணம் போன்றேதான் ஒவ்வொரு பிஞ்சுகளின் உதிர்வும் அந்தக் குடும்பத்திலும், அவை சார்ந்த உறவுகளின் மத்தியிலும் இடைவிடாத அதிர்வுகளை காலம் முழுமைக்கும் நீட்டிக்கச் செய்கின்றன.

நாம் ஏங்கித் தவித்துத் தேடியும், நேரில் கண்டுணராத கடவுளின் வடிவங்களாய் காட்சித் தருபவர்கள் குழந்தைகள். அவர்களின் எதிர்பாராத செய்கைகள், உலகை அவர்கள் அணுகும் முயல்வுகள், ஒன்றை அவர்கள் நோக்கும் பார்வைகள் எல்லாம் நமக்குத் தரும் ஆச்சரியங்கள் சொற்களில் அடங்காதவை. நம் பால்யத்தில் நாம் அவர்கள்போல் இருந்ததில்லை, ஏன் இப்போதும்கூட அவர்கள்

போல் இருக்க முடியவில்லை என்பதை அடிப்படையாக வைத்தும்கூட அந்த ஆச்சரியங்கள் உருவாகலாம்.

குழந்தைகளின் மரணங்கள் என்பது கொலையாக இருந்தாலும், தற்கொலையாக இருந்தாலும், விபத்தாக இருந்தாலும் அது குழந்தைகளின் பிழையன்று. அப்பாவிற்காக உயிர் ஈந்தவள் குடிகார அப்பாக்களுக்காகவும், தாயின் கைகளில் நெரிபட்டு மாய்ந்த பிள்ளைகள் தாய்களின் கணவன்களுக்காகவும், மரண சாசனம் எழுதிய மாணவி கொடூர மனம் படைத்த ஆசிரியர்களுக்காகவும் தங்களைப் பலி கொடுத்திருக்கிறார்கள். அந்த மரணங்கள் முழுக்க முழுக்க இந்த சமூகத்தின் பிழை… அழுத்தமாகச் சொன்னால் அவை சமூகம் புரிந்த கொடுங்குற்றம். இந்த பிழை அல்லது குற்றத்திற்கான தண்டனை, பிராயச்சித்தம் என்பது வெறும் செய்திகளில் ஏற்படும் பரபரப்பு அதையொட்டிய அதிர்ச்சி என்பதோடு முடிந்து விடப்போகிறதா!?

எல்லா விதத்திலும் வளர்ந்தாக தன்னைக் காட்டிக் கொள்ளும் சமூகம் இதுவரையிலும் குழந்தைகளாக இந்த உலகத்தில் பிறந்ததைத் தவிர ஏதும் குற்றம் செய்யாப் பிள்ளைகள் தமது பால்யத்தைத் துறக்குமுன்பே மரணத்தை தண்டனையாக ஏற்க வேண்டியிருப்பது குறித்து சற்று மெத்தனம் காட்டுகிறது என்றே சொல்லத் தோன்றுகிறது.

எதனைக்கொண்டும் எவராலும் குழந்தைகளுக்கு ஈடான ஒன்றை, 'ஒருபோதும் நிரப்பிக் கொள்ள முடிவதில்லை. ஒரு குழந்தையின் வார்ப்பு என்பது அந்தக் குழந்தைக்காக மட்டுமே செய்யப்பட்டு அழிக்கப்பட்டு விடுகின்றது. இன்னொரு உயிர் என்பது இன்னொன்றுதான். முந்தையது கிடையாது. எதற்கான மாற்றும் கிடையாது. அப்படியான குழந்தைகளின் மரணங்கள், தாம் வாழ்ந்த சமூகத்திற்கான பாடமானதும், எச்சரிக்கையானதும் என்பதை நாம் புரிந்து கொள்ள வேண்டும்.

"நம் தோழி" டிசம்பர் - 2015

மன்னிப்பு என்கிற மற்றொரு கதவு

சேலம், ஈரோடு மாவட்டங்களை வகுந்துகொண்டு ஓடுகிறது காவிரி. இடது கரையில்தான் மைதிலி பிறந்து வளர்ந்தது. வலது கரையில் இருக்கும் கிராமம் ஒன்றில்தான் மைதிலியின் அம்மாயி வீடு. இங்கிருந்து பார்த்தால் மறுகரையில் இருக்கும் கிராமத்தின் கோபுரம் தெரியும். நோம்பிக்கும், விடுமுறைக்கும் கால் நூற்றாண்டு காலம் காவிரியைக் கடந்து செல்வதே வாடிக்கையாகிப் போனது.

காவிரி பருவத்திற்கு தகுந்த மாதிரி வடிவம் கொள்ளும். அணை சுண்டிப்போகும் காலத்தில் மணலும் பாறையும், தேங்கிய குட்டை நீருமென நடந்தே காவிரியைக் கடந்துவிடலாம். ஓரளவு தண்ணீர் ஓடும்போது சுழன்று சுழன்று செல்லும் பரிசலில் போய்விடலாம். பெருக்கெடுத்து ஆர்ப்பரிக்கும் காலமெனில் தூரத்தில் இருக்கும் பாலத்தின் வழியேதான் கடக்க முடியும். இதனால் அறியப்படும் சேதி யாதெனில் காவிரிக் கரையிலிருந்த மைதிலிக்கு தண்ணீர் எப்போதும் தோழமையானது.

அவளைக் காவிரிக் கரையிலிருந்து உலகின் இரண்டாவது மிக அழகிய கடற்கரை நகரத்திற்கு கடத்திப்போனது காலம். அதன்பின் பெரும்பாலும் தண்ணீர் பஞ்சத்தையும், எப்போதாவது மழைச் சீற்றத்தையும் கடந்து வந்தவளுக்கு சென்னையில் சொந்த வீடு கட்ட வேண்டுமென்ற கனவு கனிந்தது. “சென்னைக்கு மிக அருகில்... நல்ல காற்றோட்டம்... சுத்தமான குடிநீர்...” அப்படியான விளம்பரங்களில் காட்டப்படுவது மாதிரியான ஒரு நிலத்தில் வாழ்நாளின் சேமிப்புகளைக்கொண்டு இரண்டடுக்கு

வீடு நிமிர்ந்து நின்றது. தரை தளம் வாடகைக்கு, முதல் தளம் தங்களுக்கென சமீபத்தில்தான் குடி பெயர்ந்திருந்தார்கள். வீட்டிற்கு இந்த தீபாவளிதான் தலை தீபாவளி... ஆனால் தீபாவளி தீராத வலியாகிப் போகுமென கனவிலும் நினைத்துப் பார்க்கவில்லை. கணவன் ஆன்சைட்டுக்கு வெளிநாடு பறந்திருக்க, பேத்தியும் பேத்தியின் பத்து வயது மகளும் தனியே இருப்பார்களே என ஊரில் இருந்து பாட்டி வந்து உடன் இருக்கிறார்.

ஏரிகளிலிருந்து ஐயாயிரம், பத்தாயிரம், இருபதாயிரம் என தண்ணீர் திறப்பு ஏலம் விடப்பட்டபோதெல்லாம் லட்சங்களில் கரைபுரண்ட காவிரியாற்றங் கரைக்காரிக்கு பெரிதாக ஒன்றும் தோன்றவில்லை. விடியலொன்றில் எங்கிருந்து வந்தது எப்படி வந்தது எனத் தெரியவில்லை வாடகைக்கு வைத்திருந்த கீழ் வீட்டின் சன் சேடுகளுக்கு மேல் தண்ணீர் அலையடித்துக்கொண்டிருந்தது. கண்ணிற்கு எட்டிய தூரம் வரையில் சுழித்து நகரும் செந்நீர். காவிரியின் ஆர்பரிப்பைக் கண்டிருந்தவளுக்கு வீட்டைச் சுற்றிலும் காவிரி கரை புரண்டோடுவதுபோல் பார்க்க உண்மையில் பயம் சூழ ஆரம்பித்தது. ஊருக்குப் போயிருந்த குடித்தனக்காரர்களுக்கு என்ன சொல்வதெனத் தெரியவில்லை. படகுகள் போவதை பத்து வயதுக் குழந்தை ஆச்சரியமாக வேடிக்கை பார்த்துக்கொண்டிருந்தது. படகு வந்து பத்திரமாக அழைத்துச் சென்று பாதுகாப்பான இடத்தில் விட்டார்கள். காத்திருந்த தோழியின் குடும்பம் அழைத்துச் சென்றது.

நடந்ததை நம்ப முடியவில்லை. நீர் மட்டம் குறையத் துவங்கியது. வாட்சப்பில் வெள்ளக் காட்சிகள் காணொளிகளாய் வந்து குவிந்தன. பார்க்கப்பார்க்க பீதி கூடியது. சுவற்றில் வண்ணம் மாற்றி கோடு போட்டதோடு வெள்ளம் கரைந்து போயிருந்தது. “என்னதான் இழப்பு” எனக் கணக்கிட்டுவிட முடியாத அளவிற்கு குடித்தனக்காரர் குமைந்து போயிருந்தார். இரு சக்கர வாகனத்திற்கு மூன்றாயிரம் செலவானதோடு வெள்ளத்தின் கதை மைதிலியைப் பொறுத்த வரை முடிந்து போயிருந்தது.

ஆனால் காலம் முடித்து வைக்கவில்லை. குலைந்திருந்த குடித்தனக்காரர் எல்லாம் சுத்தம் செய்து சற்றே நிமிர்ந்த நேரம்... மீண்டும் மழை. அவர்கள் வீட்டைப் பூட்டிக்கொண்டு வெளியேறிவிட, கீழ் வீட்டிற்குள் மீண்டும் தண்ணீர் பிரவேசிக்கத் தொடங்கியது. வானம் கிழிந்ததுபோல் இடைவிடாது ஊற்றிக்கொண்டேயிருந்தது. இரவு எட்டு மணிக்கு கீழ் வீட்டின் சன் சேட் மூழ்கத் துவங்கியது. மின்சாரம் இல்லை. மைதிலியின் கை பேசியிலிருந்து பத்து வயதுக் குழந்தை குறுந்தகவல்

அனுப்பியிருந்தாள் "பயமா இருக்கு, நீங்க ஹெல்ப் பண்ண முடியுமா?" கை பேசி அழைப்புகள் கிட்டத்தட்ட முடங்கிவிட்ட கொடும் இரவு. நானூரு கி. மீ தொலைவு செவ்வாய் கிரகத்துக்கான தொலைவு போல் உணரப்பட்டது. புதன் விடியலில் 'இன்னும் இரண்டு படிதான் மிச்சம்' என்ற குறுந்தகவலோடு மைதிலியின் கை பேசி உயிரை விட்டது. எந்த அஸ்திரங்களைப் பிரயோகித்தும் அடுத்த 48 மணி நேரத்திற்கு எட்ட முடியவில்லை. வெள்ளி காலை உயிர்பெற்ற கைபேசி வழியே "முகாமில் தங்கியிருக்கிறோம்" எனும் தகவல் மட்டும் வந்தது.

எல்லா வடிவங்களிலும் காவிரியைக் கண்டிருந்தவள் சென்னையின் 'வரலாறு காணாத' வெள்ளத்தில் உருக்குலைந்து, கரைந்து, உறைந்து போயிருந்தாள். விரக்தி மேலிட்டிருந்தது. பாட்டியின் பதற்றத்திற்குதான் உதிர்க்கும் சொற்களால் ஒருபோதும் அவளால் திருப்தி செய்திட முடியவில்லை. குழந்தை, அம்மா, கொள்ளுப்பாட்டி என மூவரும் மின்சாரம் தொலைந்த, சலசலக்கும் மழையில், ஓங்காரமாய் கொக்கரித்த வெள்ளத்தின் மத்தியில் இருந்த 48 மணி நேரத்திலிருந்து இன்னும் மீண்டதாகத் தெரியவில்லை.

ஊருக்கு வந்தவர்கள் சென்னைக்கு புறப்படாமல் உறைந்த மௌனத்தோடு இருக்கும் ஒரு நாளில் அந்த பத்து வயதுக் குழந்தை வெள்ளம் பற்றிய கதையை தன் போக்கில் சொல்ல ஆரம்பித்தாள். "இப்படி பாப்பாவை படுத்துன அந்த மழையை எதாச்சும் பண்ணியே ஆவனும்" எனச் சொன்ன மைதிலியின் அம்மாவிடம் "அம்மாயி... நீ ஒன்னும் பண்ணாதே... நான் அந்த மழையை மன்னிச்சிட்டேன்" என்றாள்.

அந்த மன்னிப்பில் மேகங்கள் உறைந்து போயிருக்கும் சாத்தியமுண்டு.

1986ல் நிகழ்ந்த செர்னோபில் அணு உலை விபத்தின் வடுக்கள் கிழக்கு ஐரோப்பாவில் நீண்ட வருடங்களாக நீடித்தபடிதான் இருக்கின்றன. விபத்து நடந்து நான்கு ஆண்டுகள் கழித்துதான்யா @ டட்சியான க்விட்ஸ்கோ எனும் பெண் குழந்தை பெலாரஸ் நாட்டில் பிறந்தாள். செர்னோபில் சாபம் அவளையும் சபித்தது. இடது காலில் பாதம் இல்லை. வலது காலில் மூட்டுக்கு கீழே எதுவுமே இல்லை. இடது கையில் மூன்று விரல்களும், வலது கையில் ஒரு விரலும் மட்டுமே. குழந்தையின் நிலை கண்டு மிரண்ட பெற்றோர்கள் மனதை கல்லாக்கிக்கொண்டு பாதிக்கப்பட்ட குழந்தைகள் வசிக்கும் ஒரு பாதுகாப்பு மையத்தில் ஒப்படைக்கின்றனர்.

நான்கு ஆண்டுகள் கழித்து ஒரு தம்பதியினர் தான்யாவை தத்தெடுக்கின்றனர். ஆறு வயதாக இருக்கும்போது அமெரிக்க அமைப்பு ஒன்றின் உதவி கிட்டுகிறது. காலம் அவள் கால்களுக்கு நடக்கும், ஓடும் வகையிலான பிளேடுகளை வழங்குகிறது. இப்போது அவளுக்கு 24 வயதாகிறது. உலகம்கொண்டாடப்படும் வகையிலான ஒரு பிளேடு ரன்னர் ஓட்டப் பந்தய வீராங்கனையாகவும், உடல் கட்டமைப்பாளராகவும் ஜொலிக்கிறார்.

தான்யாவின் சாதனைகளைக்கொண்டாடுவதும், அடைந்த பாதைகள் குறித்து விவரிப்பதும் அல்ல இதன் நோக்கம். தத்து பெற்றோர்கள் அரவணைப்பில் அன்பாக வளரும் தான்யா பதின் வயதில் பயணித்தபோது யதேச்சையாக அவளின் தத்து அம்மாவின் 13 வயது நிழற்படத்தைப் பார்க்கிறாள். படத்தில் இருக்கும் பதின்வயது அம்மா முகம், தினந்தோறும் கண்ணாடியில் தன் முகத்தைப் பார்ப்பதுபோல் இருக்கின்றது. இன்ப அதிர்ச்சியில் தவிக்கிறாள். அம்மாவிடம் இது எப்படி எனக் கேட்கும்போது தன்னை பாதுகாப்பு மையத்தில் தத்துக்கொடுத்த அவளின் உண்மையான பெற்றோர்களே நான்கு ஆண்டுகள் கழித்து தத்தெடுத்திருக்கிறார்கள் எனும் உண்மை புரிகிறது.

தான்யாவின் பிறப்பு அவள் விரும்பியதாக இருக்க முடியாது. அது பெற்றோர்களின் காதலினாலோ, காமத்தினாலோ மட்டுமே நிகழ்ந்திருக்க வேண்டும். தான்யாவிற்கு கால்கள் இல்லாது போனதும், கைகளில் ஆறு விரல்களும் அற்றுப்போனதும் பேராசையின் குற்றம்; அல்லது அறிவியலின் பிழை. அதன் பலனாகதான்யா உடலால் வஞ்சிக்கப்பட்டு, இல்லத்தில் ஒப்படைக்கப்பட்டு மனதளவிலும் தண்டிக்கப்பட்டாள்.

தான்யா வாழ்க்கை உலகம் கொண்டாடும் ஒரு சரித்திரமாக மாறியிருக்கிறது. சரித்திரத்தில் எது முக்கியமான பக்கமாக இருக்கும்? அவள் தத்து கொடுக்கப்பட்ட தினமா? தத்து எடுக்கப்பட்ட தினமா? கால்களில் பிளேடு பொருத்தப்பட்ட கணமா? தன் திறனை உணர்ந்த கணமா? சாதனைகளை நிகழ்த்திடும் கணங்களா?

அதையெல்லாம் விட மிக முக்கியமான ஒரு கணம் இருக்கின்றது. தத்தெடுத்த அம்மாதான் தன்னை ஈன்றவளும், தத்துக்கொடுத்தவளும் என்பது தெரிந்து, அவளை மன்னித்து மாறா அன்பை நீட்டித்த அந்தக் கணம்தான் அவளின் சரித்திரத்தில் பொன்னெழுத்துகளால் வடிக்கப்படும் பக்கமாக இருக்கும்.

அந்த மன்னிப்புதான் உலகின் மிக உயரிய ஒரு 'மன்னிப்பாக' இருக்க முடியும்.

தமிழில் எனக்குப் பிடிக்காத ஒரே வார்த்தை மன்னிப்பு எனும் வசனம் இக்கணத்தில் நினைவுக்கு வருவதைத் தவிர்க்க முடியவில்லைதான். உண்மையில் மன்னிப்பு என்பது முற்றிலும் மறுக்கக்கூடியதா? அல்லது முற்றிலும் தரக்கூடியதா என்பதை சூழல்களும், தருணங்களும் மட்டுமே முடிவு செய்ய வேண்டியவை.

பத்து வயது குழந்தையால் தங்களுக்கு அவ்வளவு பேரிடர் அளித்த மழையை மன்னிக்க முடிகின்றபோது, தன்னை வேண்டாமென ஒதுக்கி, பின் தத்தெடுத்த பெற்றோரைத் தான்யாவால் மன்னிக்க முடிகின்றபோது மன்னிப்பு என்பது ஒருபோதும் வழங்கிட முடியாத ஒன்று என நினைப்பவர்களுக்கு இன்னொரு கதவு இருக்கின்றது என அடையாளம் காட்ட முடியும் தானே!

மன்னிப்பு என்பது சில இடங்களில் இயலாமையாலும், கோழைத்தனத்தினாலும், கழிவிரக்கத்தினாலும் கொடுக்கப்பட்டதாக நினைத்தாலும் பல இடங்களில் அது பெருங்கருணையாகவும், மாவீரத்தின் வெளிப்பாடாகவும்தான் வழங்கப்படுகின்றன.

வெறென்ன...

இதுவரை மன்னிக்க இயலாத ஒருவருக்கு மன்னிப்பு வழங்குவது பற்றி ஒரு கணம் யோசித்தால்தான் என்ன?

"நம்தோழி" ஜனவரி - 2016

ஜல்லிக்கட்டு

எனக்கும், நான் பிறந்த ஊருக்கும், வளர்ந்த ஊருக்கும் இப்போது வாழும் நகருக்கும் ஜல்லிக்கட்டுக்கும் எந்தவிதமான தொடர்பும் கிடையாது.

பொங்கல் பண்டிகையில் 20–25 ஆண்டுகளுக்கு முன்பு சென்னம்பட்டியில் எருதாட்டம் என்ற பெயரில் வீதிகளில் கோமாளி ஒருவர் ஓட அவர் பின்னே சீற்றத்தோடு ஓடும் காளைகளை மிரட்சியோடு பார்த்ததுதான் என் 'ஜல்லிக்கட்டு' அல்லது 'எருதாட்ட' அனுபவம்

காலம் காலமாய் வளர்த்த காளைகளும், எருதுகளும் கிட்டதட்ட எங்கள் பகுதிகளில் அற்றுப்போன நிலையில், பாலுக்காக கலப்பின மாடுகள் பெருமளவில் நிரப்பப்பட்ட நிலையில், அறிவியல் வளர்ந்த(!) நிலையில், உலகமே உள்ளங்கைக்குள் அடங்கிவிட்ட நிலையில்... ''போயும்... போயும் மாட்டை விரட்டிவிட்டு அதன் மேல் கும்பலாகப் பாய்ந்து, சில நொடிகள் பிடித்து விட்டதை வீரம் என நினைத்துக்கொள்ளும்'' ஜல்லிக்கட்டு தேவைதானா எனும் பெயரளவிலான அறிவார்ந்த(!) கேள்வி எனக்கும் இல்லாமல் இல்லை.

எனக்கு உண்மையில் ஜல்லிக்கட்டின் வரலாறு மற்றும் புவியியல், விலங்கு நேயர்களின் காருண்யம் குறித்தெல்லாம் பெரிய அறிவு கிடையாது.

எருமைகளின் இயல்பும், மாடுகளின் இயல்பும் ஓரளவு தெரியும். பல்லாண்டுகளாக அவைகளை வளர்த்து, தீனி போட்டு, காலை நேரக் குளிரில் சாணி

அள்ளி, தவிடு புண்ணாக்கு தாழிகளில் போட்டு, அவ்வப்போது பருத்திக்கொட்டை ஆட்டி ஊற்றி என பக்குவம் செய்ததோடு, அவைகளுக்கு அண்ணாங்கால் போட்டு காடு மேடுகளில் பல வருடங்கள் மேய்த்த அனுபவம் உண்டு.

பொதுவாக அவை யாவும் விலங்குகள் என்ற முறையில் மட்டும் அன்பும் அக்கறையும் செலுத்தப்பட்டதில்லை. விவசாயிகளின் குடும்பத்தில் அவையும் ஒரு அங்கம், அந்த வீட்டில் அது ஓர் உறவு. அவற்றின் பெயர்கள்கூட ஜிம்மி, பப்லு, பிங்கி, ஷங்கி என்றெல்லாம் இருக்காது. காளை (அ) மாடுகளுக்கு சின்னவன், பெரியவன், கருவாயன், வெள்ளையன், செவள என்றோ எருமைகளுக்கு கோணக்காலி, வெள்ளச்சி, பெரிய கெடா, வவுரி, சப்பக்காலி, காட்டேரி என்றோ அதனதன் இயல்புகளுக்கேற்ப, அவர்கள் புழங்கும் மொழியில் உரிமையாக, கிண்டலாகப் பெயர் சூட்டப்பட்டிருக்கும்.

ஒரு கட்டத்தில் காலம் காலமாக நாங்கள் வளர்த்த நாட்டு மாடுகள் எப்படியோ குறைந்துபோய், உயரம் குறைந்த, சற்று நீளமான, வயிறு தொங்கலான சிந்தி மாடுகள் என்றொரு வகை கட்டுத்தரைகளில் வந்து இறக்குமதியாகின. நாட்டு மாடுகள் முக்கி முக்கி மூன்று படி கறந்த இடத்தில் இவை எட்டுப் படி என தாராளம் காட்டின. ஆனால் நாட்டு மாட்டுப் பாலின் ருசிக்கு பக்கத்தில்கூட சிந்தி மாட்டுப் பாலின் ருசி வரவில்லை. ''பாலு என்ன பாலு, நம்ப மாடு (நாட்டு மாடு) போடற சாணி வாசத்துக்கு பக்கத்துல நிக்க முடியுமா அந்த மாடு எருவற சாணி'' என்பார் எங்கள் கிராமத்தில் ஒருவர்.

ஆனாலும்கூட... ஃபேஸ்புக்கில் ஆங்க்ரிபேடு விளையாடத் தெரியாத, பாஃர்ம் வில்லாவில் விவசாயம் செய்யத் தெரியாத, உலகில் எந்த நல்ல மாற்றங்கள் நடந்தாலும் அது எவ்விதமும் தங்களை எட்டாதது குறித்து அலுப்பில்லாமல் வாழும் ஒரு கூட்டம் இருக்கின்றது. அவர்கள் இன்றும் தங்களிடம் இருக்கும் கொஞ்சம் நிலத்தை உழுவதற்காகவோ, என்னதான் ட்ராக்டரில் உழுதாலும் குட்டக் கலப்பையோ, கொத்துக் கலப்பையோ போட்டு மண்ணைக் கிளர்ந்து ஒரு உழவு ஓட்டிடனும் என கூப்பிடுவார்கள் என்ற நம்பிக்கையில் காளைகளை / எருதுகளை கொஞ்சம் நம்பிக்கையோடு வளர்த்து வருபவர்களும் இருக்கத்தான் செய்கிறார்கள்.

எங்கள் நகரத்தில் குட்டி யானை எனச் சொல்லப்படும டாடா ஏஸ் வண்டிகள் வந்து குவிந்த பின்னும்கூட, இன்னும்

ஜவுளிக் கடைப் பகுதிகளில் ஒற்றை மாடு பூட்டிய வண்டிகள் இருக்கத்தான் செய்கின்றன.

வாழ்க்கையில் அவசரமாய் விரைகின்றவர்களுக்கு, சாலைகளில், வீதிகளில் ஆடி அசைந்து போகும் மாட்டு வண்டிகள் எரிச்சலை உண்டாக்கத்தான் செய்கின்றன. சில நேரங்களில் அவ்வண்டிகளால் போக்குவரத்து நெரிசல்கூட ஏற்படுகிறது. சாலைகளில் சாணம் போட்டுவிடுகின்றன. ‘‘இன்னும் ஏன்தான் இவுங்க முன்னேறாம இருக்காங்களோ!? அதான் சின்னச் சின்னதா வண்டி வந்திருக்கே... வாங்கி ஓட்ட வேண்டியதுதானே... இவங்களால ட்ராபிக் ஆவுது... பெரிய இடைஞ்சலா இருக்கு’’ என நாட்டை எடுத்து நிமிர்த்தி வைக்க ஓடுபவர்களுக்கு ‘‘அந்த வண்டிகள் ஒருபோதும் பெட்ரோல் பங்குகளில் வந்து டீசல் பிடிக்க நிற்பதில்லை என்பதும், டெல்லிபோல ஒற்றை, இரட்டை இலக்க வாகன இயக்கப் பரிசோதனைக்குள் ஆட்பட்டு மாசுக் கட்டுப்பாட்டுக்கு முடங்க வேண்டிய அவசியமில்லை’’ என்பது தெரியுமா எனத் தெரியவில்லை.

ஆகவே இனியும் உழவுக்கும், பாரம் இழுக்கவும் எருதுகளே வந்துவிடும் என்றெல்லாம் சொல்ல முடியுமா எனத் தெரியவில்லை. ஆனால், எல்லாம் சுழற்சியில்தான் வருகின்றன.

ஒரு காலத்தில் கடலை விதைத்து, அறுவடை செய்து, உலர்த்தி, உறித்து, மாடு பூட்டப்பட்ட செக்கில் கொடுத்து ஆட்டி எடுத்த கடலை எண்ணெய்தான் பயன்படுத்திக்கொண்டிருந்தோம். யாரோ எவ்விதமோ கடலை எண்ணெய் கொழுப்பு நிறைந்தது எனக் கிளப்பி விட்டார்கள். பனை எண்ணெய், சூரியகாந்தி எண்ணெய், தவிட்டு எண்ணெய் என ஏதேதோ எண்ணெய்கள் பயன்பாட்டுக்கு வந்தன. அவைகளின் வாயிலாக அவை சார்ந்த நிறுவனங்கள் கொழுத்தன. அவையனைத்தையும் தாண்டி மீண்டும் கடலை எண்ணெய்தான் வேண்டும், அதுவும் மரச்செக்கில் ஆட்டிய கடலை எண்ணெய்தான் வேண்டும், விலை கூடுதலாக இருந்தாலும் பரவாயில்லை எனக் கேட்க ஆரம்பித்திருக்கிறார்கள். இதேதான் நாட்டுக்கோழி முட்டைகளிலிருந்து பண்ணைக்கோழிக்கு மாறிவிட்டு மீண்டும் எவ்வளவு காசு ஆனாலும் நாட்டுக்கோழி முட்டை கிடைக்குமா என்பதும். இதுபோல் ஒவ்வொன்றிலும்.

சரி இந்த சுழற்சிகளுக்கும் ஜல்லிக்கட்டுக்கும் என்ன தொடர்பு என நினைக்கலாம். காலம்காலமாக மாடு கன்று ஈன்றால், அது பெண் கன்றாக இருந்தால் மகிழ்ச்சியாக வைத்துக்கொள்வார்கள். ஆண் கன்றாக இருந்தால் சிலர் காளையாக வளர்த்து பின்

காயடித்து எருதாக மாற்றி, பயன்படுத்த வைத்துக்கொள்வார்கள். இல்லாவிடில் காளைக்கன்றை விற்றுவிடுவார்கள். அப்படியாக தப்பிப்பிழைத்த காளைதான் அந்தப் பகுதியில் இருக்கும் அனைத்து பசுமாடுகளுடனும் இணை சேர்ந்து பிள்ளை வரம் கொடுக்கும். அந்தக் காளையின் பயன்பாடு பசுக்களோடு இணை சேர்வது அல்லது எருதாக உழவுக்கும், வண்டிகளிலும் பயன்படுவது.

அப்படியாக வளர்க்கப்பட்ட காளைகளைத்தான் தெற்கத்திச் சீமைகளில் விளையாட்டில் பயன்படுத்தி வந்திருக்கலாம் அல்லது வருகின்றனர். உண்மையில் பசுக்களுக்கு இணை சேர்க்காமலே செயற்கைக் கருவூட்டல் மூலம் நூறு ரூபாய்க்கு ஊசி போட்டு வேறொரு இனத்தை விதைத்து கொஞ்சம் கொஞ்சமாக அதன் பரம்பரையைக் குழப்பி என்ன வகை மாடு என்றே தெரியாமல் வளர்க்கிறோம். உழவுக்கும், வண்டி இழுப்பதற்கும் காளைகளைப் பயன்படுத்தாத இச்சூழலில், பாரம்பரிய இன மாடுகளை அழித்துவிடாமல் தொடர்ந்து வளர்ப்பதற்கு, அதற்காக காளைகளை வைத்து பராமரிக்க அந்தப் பகுதியில் ஜல்லிக்கட்டு அவசியமான ஒரு காரணமாக நான் எடுத்துக்கொள்கிறேன்.

யாரோ எங்கோ மாடுகளுக்கு சாராயம் புகட்டியிருக்கலாம், அடித்து கொடுமைப்படுத்தியிருக்கலாம். அதுவே பொதுவான நடைமுறையாக ஆகாது. உழவிலும், வண்டியிலும் இழுக்காத மாட்டை அடிக்கும் அதே உரிமையாளன்தான், கட்டுத்தரையில் பாராட்டிச் சீராட்டி கட்டியணைத்து நிற்பான். அடுத்து... தன் மண்ணில்... தான் ஆண்டு முழுதும் சீராட்டி, தாலாட்டி, பழக்கி வளர்க்கும் மாடுகளோடு, ஒரு நாள் ஓடவிட்டு திமில் பிடித்து சில நொடிகள் நிற்கும் விளையாட்டையெல்லாம் தடுக்க விஷமத்தனத்தோடு வருபவர்கள்... செயற்கைக் கருவூட்டலிலியே பிறந்து, தன் வாழ்நாளில் உடலுறவின் சுகமே காணாமல், செயற்கை கருவூட்டலிலேயே கருத்தரித்து, கன்று ஈன்று, இயந்திரம் உறிந்துகொள்ள மடி கொடுத்து, எல்லாக் கொடுமைகளிலும் அமைதி காத்து, இயற்கை மேய்ச்சலை மறந்து, வருடம் முழுவதும் இன்பமற்று, இலக்கற்று நிற்கும் பண்ணைகளில் விலங்குகளுக்கு நேயம் பேணிவிட்டு, தினவோடு ஆகிருதியாய் பாயும் காளைகளிடம் காருண்யம் காட்ட வரட்டும்.

இவ்வாறான ஒவ்வொரு முடக்கத்திற்குப் பின்னும், ஒவ்வொரு விரிவாக்கத்திற்குப் பின்னும், பலரின் வேர்கள் அவர்கள் அறியாமலே ஆழத்தில் மௌனமாக அறுக்கப்பட்டுவிடுகின்றன. அறுக்கப்படும் போதெல்லாம் ஏதோ ஒன்று கவர்ச்சியாகக் காட்டப்பட்டு அல்லது மிரட்டப்பட்டு ஒடுக்கிவிடுகிறார்கள்.

தன் வேர் அறுந்தது தெரியாமல் தலையாட்டிக்கொண்டே அவர்கள் கொஞ்சம் கொஞ்சமாக தம் ஜீவனை இழந்து கொண்டேயிருப்பார்கள். வேர் அறுந்த சமூகம் வீழ்ந்து தன்னை முழுவதும் இழந்தபின்பு அதே இடத்தில் வேறொரு விதை ஊன்றப்படும். அது விஷம் பரப்பும் மரமாகவும் இருக்கலாம்... ஆனால் அவ்வாறெல்லாம் தெரியா வண்ணம் அது பளபளப்பாகவும், அழகூட்டப்பட்டதாகவும், சுவையும் சுகமும் தருவதாகவும்கூட இருந்து தொலைக்கும்!

கருத்து சொல்லும் கருப்பாயி

"என்னம்மா இப்படிப் பண்றீங்களேம்மா" வகை நிகழ்ச்சி தொலைக்காட்சியில் ஓடிக்கொண்டிருந்தது. நிகழ்ச்சி நடத்துனர் ஒரு பெண்ணோடு பேசிக்கொண்டிருந்தார். அந்தப் பெண் தன்மேல் யாரோ மாந்திரீகம் மூலம் ஆவியை ஏவி விட்டு தன்னுடைய ஸ்பிரிட்டை கட்டுப்படுத்தி வைத்திருப்பதாக புகார் சொன்னார். அந்த ஆவி அவரை உடல் ரீதியாக பாலியல் தொந்தரவு செய்வதாகவும் சொன்னவர், போகிற போக்கில் "ஆவிகளிடையே விபச்சாரம்" நடப்பதாகவும்கூட ஒரு வரி சொன்னார். விறுக்கென நிமிர்ந்தபோது ""என்னம்மா இப்படிப் பண்றீங்களேம்மா" என்ற வரி மனசெங்கும் அசரீரியாய் ஒலித்தது

அவர் பேசுவது மிகத் தெளிவாகவும், சரியாகவும் இருப்பதாகவே தோன்றுகிறது. படபடவெனப் பேசினாலும் தேர்ந்தெடுக்கப்பட்ட வார்த்தைகளில் பதட்டமின்றிப் பேசுகிறார். 2008 ஆம் ஆண்டு துவங்கி அந்த ஆளின் ஆவி தன்னைக் கட்டுப்படுத்தி வருவதாக புகார் சொல்கிறார். தன்னோடே அந்த ஆவி இருப்பதாகவும், தன்னை நெருங்கும்போது தள்ளி விடுவதாகவும் சொல்கிறார். தற்போது அரங்கில் ஆவி தென்படுகிறதா எனக் கேட்டால், இங்கு வரவில்லை என்கிறார்.

நிகழ்ச்சியாளர்கள் அவருக்குத் தீர்வு காண்பதற்காக மூன்று பேரை அழைத்து வந்தனர். அதில் இருவர் சடை முடி தரித்த வயதானவர்கள். மூவரும் இணைந்து விதவிதமாய் பூஜை செய்தார்கள். ஒருவர் நீண்ட நேரம் சமஸ்கிருத மந்திரம் சொன்னவர்,

அந்தப் பெண்ணுக்கு எந்த பிரச்சனையும் இல்லை, துர் ஆவிகள் தொந்தரவு இல்லை என்றார். உடன் இருந்த பெரியவர் இன்னும் ஒரு மணி நேரத்தில் அந்தப் பெண்ணுக்கான எல்லாப் பிரச்சனைகளும் தீர்ந்துவிடும் எனச் சொல்லிவிட்டு கிளம்பினர்.

பாதிக்கப்பட்ட பெண்மணி இது குறித்து கமிஷனரிடம் புகார் அளித்திருப்பதாகவும், பல அதிகாரிகளிடம் புகார் அளித்திருப்பதாகவும் தெரிவித்தார். வழக்குரைஞரோடு தொடர்ந்து இதுகுறித்து விவாதித்து வருவதாகவும் கூறினார். இந்தப் பிரச்சனையால் மட்டுமே ஐ. டி வேலை மற்றும் அரசு வேலையை இழந்ததாகவும் கூறினார்.

இதேபோல் ஒரு ஆளை பதினைந்து வருடங்களுக்கு நான் முன்பு சந்தித்திருக்கிறேன். ஆள் உருக்குலைந்து இருப்பார். கரித்துண்டில் கிறுக்கப்பட்டது போல் புரியாத சொற்களில் எழுதப்பட்ட ஒரு காகிதத்தோடு வருவார். தன்னை மிரட்டும் ஆவிகள் குறித்து மாவட்ட காவல் துறை கண்காணிப்பாளருக்கு ஒரு புகார் மனு தட்டச்சு செய்து தரச்சொல்வார். சரியாகப் பேச்சு வராது. என்னேரமும் இரண்டு தாடைப் பற்களையும் மென்றுகொண்டே இருப்பார். காற்றில் கையை வீசுவார். தட்டச்சு செய்து தர எவ்வளவு காசு வேண்டுமானாலும் தருவதாக பையிலிருந்து காசை அள்ளுவார். முடியாது என எப்படிச் சொல்லி மறுத்து அனுப்பினாலும் அரை மணி நேரம் கழித்து, அப்போதுதான் புதிதாக வருவது போல் வருவார். இன்று முடியாது நாளை பார்க்கலாம் எனச் சொல்லித் தப்பிக்கப் பார்த்தால், அடுத்த நாள் அலுவலகம் திறக்கும் முன்பே வந்து நின்றுகொண்டிருப்பார். அப்பொழுது அந்த ஆளை எப்படிக் கையாள்வது எனத் தெரியாமல் என்னென்னவோ சொல்லி சமாளிக்க வேண்டியிருந்தது. இன்னொரு முறை அந்த ஆளை பார்த்துவிடக்கூடாது என்பதே அந்த நாளைய வேண்டுதல்களாக இருக்கும்.

நிகழ்ச்சி அரங்கில் அடுத்ததாக ஹிப்னாடிசம் மூலம் சிகிச்சை அளிக்கும் ஒரு பெண்மணியை அழைத்தார்கள். அவர் தெளிவாகப் பேசினார். பாதிக்கப்பட்டிருக்கும் பெண்மணியின் சூழல், அவரின் தனிமை, அப்படியானவர்களின் மத நம்பிக்கை மீதான ஈடுபாடு, சிறுவயதில் பாலியல் துன்புறுத்தலில் பலியாகியிருத்தல் என பல காரணிகள் இன்றைய பிரச்சனைக்குக் காரணமாக இருக்கலாம் என்றார்.

தீர்வாக முதலில் அவர் அமைதி அடையவேண்டும், அதற்காக சில மாத்திரைகள் மூலம் அவரைக் கட்டுப்படுத்த அவர் சம்மதிக்க

வேண்டும், அடுத்து சிகிச்சைக்கு அவர் முழு ஒத்துழைப்பும் கொடுப்பதாக ஒப்புக்கொண்டால், ஆழ் மனதில் இருக்கும் சிக்கலைக் கண்டு சரி செய்ய முயற்சி செய்யலாம் என்றார்.

இதையெல்லாம் கேட்கும்போதே இடை மறித்த பாதிக்கப்பட்ட பெண்மணி தனக்கு அமைதி இருப்பதாகவும், தன்னைக் கட்டி வைத்திருப்பதிலிருந்து அவிழ்த்துவிட்டால் மட்டும்போதுமென்றும் முரண்டு செய்ய ஆரம்பித்தார். இது ஒருவகையில் எதிர்பார்த்ததுதான். அதோடு பேட்டியை முடித்துக்கொள்ளலாம் என்று, தானே தன் பிரச்சனையை பார்த்துக் கொள்வதாகச் சொல்லிவிட்டு எழுந்து செல்ல ஆரம்பித்தார்.

என் அருகில் இந்த நிகழ்ச்சியைப் பார்த்துக்கொண்டிருந்த எண்பது வயது கருப்பாயி பாட்டியை பேய், பிசாசுகள் குறித்து அவரின் அனுபவங்களைச் சொல்வார் எனும் ஆர்வத்தோடு திரும்பிப் பார்த்தேன்...

"எந்தப் பெசாது கிழிக்கிதாம்... அவுளுக்கு மனசுல என்னுமோ பிரச்சன இருக்குதாட்டோ. இப்டியே இருந்தாள்னா பைத்தீகாரிதான் ஆவா" எனத் தீர்ப்பு சொன்னார்.

பதில் தேடும் கேள்விகள்!

அது கிராமப் பகுதியில் சமீபத்தில் துவங்கப்பட்ட அரசு கலை அறிவியல் கல்லூரி. என்னை அழைத்தவர் ஏழ்மையான குடும்பத்திலிருந்து பிள்ளைகள் வருவதால், சற்று தன்னம்பிக்கை குறைவாகவே இருப்பார்கள் எனச் சொல்லியிருந்தார். மற்ற கல்லூரி மாணவர்களிடையே பேசுவது போன்றேதான் இங்கேயும் பேசினேன்.

தற்போது அவர்களுக்கு கிடைத்திருக்கும் கல்வி வாய்ப்பு, இதற்காக சமூகமும், பெற்றோர்களும் செய்திருக்கும் தியாகங்கள் குறித்துத் துவங்கி, அவர்களின் இலக்கை இனங்காணுதல், அதை நோக்கிய பயணத்தில் தன்னம்பிக்கையோடு செயல்படுதல் குறித்துப் பேசினேன்.

நிறைவில், உரை குறித்து மாணவ மாணவியரின் கருத்துகள் கேட்கப்பட்டது. கடைசி வரிசையிலிருந்து மாணவியொருவர் தாமதமாக எழுந்து வந்தார். ஒருங்கிணைப்பாளர் ஒலிவாங்கியை அவரிடம் கொடுக்க முனைந்தார். அவர் மறுத்து முன்னோக்கி வந்தார். நிறுத்தி ஒலிவாங்கியைக் கொடுக்க முற்பட "நான் மைக்ல பேசல, தனியாப் பேசணும்" என்றபடி என்னை நோக்கி வந்தார்.

"நீங்க குடிகாரங்களப் பத்தி சொன்னீங்ள்ள... நெறய பிரச்சனைங் சார்... எங்கப்பா தெனமும் குடிக்கிறாரு... நான் சாவணும்... இல்லீனா கொல பண்ணனும் சார்" எனத் திக்கித்திணறி உடைந்த சொற்களாக உதிர்க்கும்போதே, கண்கள் நிறைந்து விட்டன. மொத்தக் கூட்டத்தின் கவனமும் அங்கு குவிந்தது.

"கூட்டம் முடியட்டும்மா... நாம பேசுவோம்... உறுதியா கூப்புட்டு பேசுவேன். இப்ப உக்காருங்க..." என்ற சமாதானத்தை ஏற்றுக்கொண்டவராய் தன் இடத்திற்குத் திரும்பினார். மேலும் மாணவ, மாணவிகள் தங்கள் உணர்வுகளைப் பகிர்ந்துகொண்டிருந்தார்கள்.

ஈரோடு மாவட்டத்தில் குடிகாரக் கணவர் ஒருவர் வீட்டிலிருந்த அனைத்துப் பொருட்களையும் விற்றுக் குடிக்கிறார். ஐந்து மற்றும் இரண்டு வயதுகளில் குழந்தைகள். மனைவி வேலைக்குச் செல்வதால் அடுப்பெரிகிறது. இரண்டு வயதான கைக்குழந்தை வேலைக்குச் செல்வதற்கு இடைஞ்சலாக இருக்கும் சூழலில், வீட்டில் இருந்த கேஸ் சிலிண்டரையும் விற்று ஒருநாள் குடித்துவிட்டு வருகிறார். சண்டை முற்றுகிறது. சண்டையின் உச்சத்தில் ஏற்பட்ட கோபத்தில் வேலைக்குச் செல்வதற்கு இடைஞ்சலாக இருக்கிறதே என குழந்தையின் கழுத்தை அறுத்து கொலை செய்துவிடுகிறார் தாய். வழக்கு நடக்கிறது. ஏழு வருடங்கள் தண்டனை என நீதிமன்றம் தீர்ப்பு வழங்கியதாக செய்தி.

மதுரையில் கணவனை கிரிக்கெட் மட்டையால் அடித்துக் கொலை செய்கிறாள் மனைவி. கணவன் குடித்துவிட்டு வீட்டில் ரகளை செய்ததாகவும், மகளிடம் தகாத முறையில் நடக்க முயன்றதாகவும் ஏற்கனவே புகார் இருக்கின்றது. சம்பவத்தன்றும் குடி போதையில் மகளிடம் தகாத முறையில் நடக்க முற்பட கிரிக்கெட் மட்டையால் அடித்துக் கொல்கிறார் மனைவி. நேரடியாக விசாரித்த மாவட்ட காவல்துறைக் கண்காணிப்பாளர் அந்தப்பெண்மீது வழக்கு தொடுக்காமல் தன் அதிகாரத்தைப் பயன்படுத்தி விடுதலை செய்கிறார்.

மேற்கண்ட இரண்டு வழக்கு உதாரணங்களை உரையின் நடுவே இலக்குகள் குறித்துப் பேசும்போது, நான் பயன்படுத்தியதுதான், அத்தனை பேர் மத்தியிலும் அந்தப் பெண்ணை என்னிடம் பேசத் தூண்டியிருக்கிறது. பேராசிரியரிடம் கூறி அந்த மாணவியை அழைக்கக் கோரினேன். அந்தப் பெண் வந்தார்.

"சார் லைஃப்ல ஏகப்பட்ட பிரச்சனைங் சார். கூட்டத்தில் நீங்க பேசின எதையுமே கேக்காமத்தான் ஒக்காந்திருந்தேன். குடிகாரங்க பத்தி நீங்க சொன்னப்புறம்தான் கவனிச்சேன். அதுதான் உங்ககிட்ட பேச வந்தேன் சார்" என்றார். கண்ணீர் வழிந்தோடத் தொடங்கியது.

அருகில் பலர் நின்றுகொண்டிருந்த சூழலும், பள்ளியில் மாணவர்கள் காத்திருப்பதும் தொடர்ந்து பேசும் மனநிலையைத் தரவில்லை.

"என்னம்மா படிக்கிறே!?"

"தேர்ட் இயர் சார். அம்மா செத்துட்டாங்க சார். அப்பா குடிகாரர். அசிங்கமா திட்டுவார். என் பிரச்சனைக்கு... நான் ஒண்ணு செத்துப் போகணும் சார்... இல்லீனா எப்படியாச்சும் கொலை பண்ணீறனும் சார். "

கதறி அழுதுவிடுவாரோ என்ற அச்சம் வந்தது.

"ம்ம்ம்ம்... புரியுதும்மா... உம் பிரச்சனைக்கு ஒரு தீர்வு இருக்கும். என்னால முடிஞ்ச உதவி செய்றேன். இப்ப தப்பா நினைச்சுக்காதே. உண்மையாவே இப்ப நேரம் இல்ல. எல்லாரும் உன்னையே பார்த்துட்டு இருக்காங்க. இப்ப இதப் பேச வேணாம். உங்கிட்ட செல்போன் இருக்குதானே? என் நெம்பர் தர்றேன். நாளைக்கு எனக்கு ஒரே ஒரு போன் பண்ணு. இல்லைனாலும் இங்க இருக்கிற மேடம் உனக்கு ஹெல்ப் பண்ணுவாங்க"

நிகழ்ச்சிக்கு அழைத்திருந்தவரிடம், "அந்தப் பொண்ணுக்கு என்னவோ பிரச்சனை இருக்கு. ஒரு எமோஷன்ல என்கிட்ட பேசியிருக்கு. அநேகமா நாளைக்கு என்கிட்ட பேசாமகூடப் போகலாம். நீங்க அந்தப் பொண்ணுகிட்டப் பேசி, என்னனு கேட்டு உதவமுடியுமானு பாருங்க" என அறிவுறுத்தினேன்.

*

சமீப நாட்களில் மாணவ, மாணவியர்களை மரணம் பெருந்தாகத்தோடு தீண்டத் துவங்கியுள்ளதை காண முடிகிறது. வகுப்பறையில் ஆசிரியையைக் கொலை செய்த மாணவன், ஒன்றாம் வகுப்பு மாணவனை அடித்துக் கொலை செய்த ஆறாம் வகுப்பு மாணவன் என மாணவர்களே கொலையில் நேரடியாகப் பங்கெடுப்பதையும் கண்டு வருகிறோம். அடுத்தடுத்துக் காண்கையில், இதுவும் சாதாரணம்தான் என பழகிப்போகும் ஆபத்துண்டு.

தமிழகத்தில் அடுத்தடுத்த நாட்களில் தெளிவற்ற அடையாளங்களோடு நிகழ்ந்திருக்கும் மாணவிகளின் மரணங்கள் மிகப்பெரிய மிரட்டலை விடுத்திருக்கின்றன. அரசும், சமூகமும் இந்த அச்சுறுத்தலை எவ்விதம் கையாள்கிறது என்பதில் தெளிவில்லை. கையாள்கிறதா அல்லது அடுத்த பரபரப்பில் கை கழுவிக் கடந்து போகிறதா!? தன்னையே மாய்த்துக்கொள்ளும் தற்கொலைகளில், அதில் பலியாகும் பிள்ளைகள் மட்டுமே பொறுப்பாகிவிட முடியாது.

மாணவப் பருவமென்பது படிப்பதற்காக மட்டுமே என்பது எழுதப்படாத சட்டமாக நடைமுறைப் படுத்தப்படுகின்றது. போட்டியும் அழுத்தமும் மதிப்பெண்களைத் தாண்டி சிந்திக்க அனுமதிக்காமல் தொடர்ந்து சிக்கல்களை உருவாக்குகின்றன. பெற்றோர், உற்றார், சேவையாற்றும் ஆசிரியர்கள், வணிகமாக நடத்தும் கல்விக்கூட முதலாளிகள் ஆகியோரில் பெரும்பாலானவர்கள் பள்ளி, கல்லூரிகளின் வாயிலாக தாம் விரும்பும் வகையில் அல்லது தனக்கு பயன்கிட்டும் வகையில் பிள்ளைகளை மாணவர்களாக, மாணவிகளாக தொடர்ந்து கட்டமைக்கிறார்கள். அந்த நோக்கம் மிகத் தெளிவானதாகவோ, நியாயமானதாகவோ இருக்கிறதா இல்லையா என்பதும் தெரியவில்லை. கல்வி தவிர்த்து பிள்ளைகளிடம் சொல்லவோ, கேட்கவோ ஒன்றுமேயில்லை என ஒட்டுமொத்தமாக அனைவருமே தீர்மானித்ததுபோல்தான் நடந்து கொள்கிறோம்.

மாணவ, மாணவிகளின் உலகம் ஒரு குழந்தையின், ஒரு உயிரின், ரத்தமும் சதையுமான ஒரு மனிதப் பிறவியின் உலகமாகக் கருதப்படாமல், வெறும் மாணவ உலகமாக மட்டுமே கணக்கில் கொள்ளப்படுகிறது. மாணவ மனதோடு அவர்கள் எடுக்கும் முடிவு மற்றும் செய்யும் செயல்களுக்கும், ஒரு மனிதப் பிறவியாக அவர்கள் எடுக்கும் முடிவு, செய்யும் செயல்களுக்கும் நிறைய வித்தியாசங்கள் உண்டு. அதை அவர்களிடம் சேர்க்க அல்லது புரிய வைக்க யார், எங்கே, எப்படி முயற்சி செய்திருக்கிறோம்.

நினைத்ததுபோலவே அந்த மாணவி என்னைத் தொடர்புகொள்ளவில்லை. இரண்டு நாட்கள் கழித்து கல்லூரிப் பேராசிரியை அந்த மாணவியை அழைத்து பேசுகிறார். அம்மா இல்லாத வீடு. அப்பா பயங்கர குடி. வீடு திரும்ப நடுநிசி ஆகிறது. வந்தாலும் வீட்டிலிருக்கும் நேரமெல்லாம் அசிங்கமான திட்டு. ஒருநாள் இரவு தனியே வீட்டில் இருந்த பெண்ணிடம் தவறாக நடக்கும் நோக்கத்தோடு இரண்டு பேர் வீட்டுக்குள் புகுந்துவிட, அவள் கத்தியதில் ஓடிவிட்டனர். அப்பாவை திருத்தவே முடியவில்லை. நாளுக்கு நாள் சிக்கல் அதிகரிக்கிறது. இப்போதை மனநிலை ஒன்று அப்பாவைக் கொன்று விடவேண்டும் அல்லது தற்கொலை செய்து கொள்ள வேண்டும்.

நான் உரையில் குறிப்பிட்ட இரண்டு உதாரணங்கள் அந்தப் பெண்ணை உடைத்திருக்கிறது. அதன் மூலமே அவர் தன்னை வெளிப்படுத்தும் வாய்ப்பை அடைந்திருக்கிறார். அதன் வழியே இப்போதைக்கு தன் பிரச்சனையை பகிர்ந்து கொள்ள ஒருவரையும்,

அதோடு உதவிகளை எட்ட, பாதைகளை இனம் காணும் வாய்ப்பினை அடையும் சாத்தியம் நிகழத் தொடங்கியிருக்கிறது.

*

மேலே குறிப்பிட்ட அவ்விரு கொலைச் சம்பவ உதாரணங்களை நான் பல கூட்டங்களில் பகிர்ந்ததாக நினைவு. சில ஆயிரம் பேர் வரை கேட்டிருக்கலாம். இப்போது ஒரு பெண்ணின் ஓடு மட்டுமே அந்த உதாரணத்தால் உடைந்திருக்கிறது, அல்லது உடைந்ததை ஒருத்தி மட்டுமே வெளிப்படுத்தியிருக்கிறார். பலருக்கு அதுபோன்ற பிரச்சனைகள் இல்லாமல் இருக்கலாம். சிலருக்கு ஓடு உடையாமலோ, வெளிப்படுத்தும் மனம் இல்லாமலோ இருக்கலாம்.

நாம் பகிர்ந்திடாத சில உதாரணங்களையும், அவர்கள் பகிர்ந்து கொள்ளாத பல பிரச்சனைகளையும் எவ்வாறு ஒன்றிணைக்கப் போகிறோம். எல்லா உரையிலும் ஏதோ ஒரு சொல், சொற்றொடர், உதாரணம் அவர்களின் ஓட்டினை உடைத்துவிடுமென உத்திரவாதம் தரமுடியாது. அவ்வாறு ஓட்டினை உடைப்பது பேச்சாளர்களிம் கூரிய நோக்கமாகவும் இருப்பதில்லை. சாத்தியமும் கிடையாது. பல நேரங்களில் காக்கை உட்கார பனம்பழம் விழும் கதைதான்.

மாணவர்களை கல்வி அல்லது மாணவ நிலை என்பதையும் தாண்டி அவர்களும் நம்மைப்போல் ரத்தமும் சதையுமாய், மகிழ்ச்சியும், சிக்கல்களும், பிரச்சனைகளும், உளைச்சல்களும்கொண்ட வாழ்வைத்தான் கடந்துகொண்டிருக்கிறார்கள் என்பதை ஏற்றுக்கொள்ள வேண்டும். அவர்கள் அதை எவ்விதம் கையாள வேண்டும் என்பதற்கான கண்டறிதல், ஆலோசனைகள் அளித்தல்கள்தான் அவர்களை தம் பிரச்சனைகளிலிருந்து சரி செய்துகொள்ள உதவும்.

பொதுவாக மாணவக் கொலைகளுக்கு, தற்கொலைகளுக்குப் பின்னால் அவரவர் நிலை, சூழல் மற்றும் தேவைக்கேற்ப அழுவது, கலங்குவது, பொங்குவது அல்லது அரசியலாக்குவதுதான் நிகழ்கிறது.

அது சரி... ஏன் நாம் "வருமுன் காப்போம்" என்ற வரிகளை மறந்து போனோம்!?

●

கனவை நோக்கிய நெடும்பயணம்

கற்பனை செய்ய முடியாததொரு வேகத்தில் காலம் நகர்ந்துகொண்டிருக்கிறது. காலம் என்று எதைச் சொல்ல? இதோ இப்போது லாவகமாய் நழுவும் இந்த நொடியா, தத்தித் தாவும் நிமிடமா, கடக்கும் மணிப்பொழுதா, தன் போக்கில் கரையும் இரவும் பகலுமா? இவை எவற்றையும் கணக்கில் கொள்ள முடியாதபடி, ஆண்டுகளே அவசரமாய்த் தீர்கின்றன. சமீபத்தில் நடந்தது என நாம் நினைத்துக்கொண்டிருப்பதெல்லாம் யோசித்துப் பார்த்தால் இரண்டு, மூன்று ஆண்டுகள் ஆகியிருக்கின்றன. இப்பொழுதுதான் நிகழ்ந்ததுபோல் இருப்பவையெல்லாம் எப்பொழுதோ நடந்து முடிந்து போனதாக இருக்கின்றன.

நாள், வாரம், மாதம், வருடம் என்பதில் எதுவும் மாறிவிடாதபோதும், காலம் மட்டும் எப்படி விரைந்து ஓடுகின்றது!? நம் அன்றாடங்களில் ஆக்கிரமிப்புகள் கூடிப்போய்விட்டதுதான் நாட்கள் வேகமாக ஓடுவதான தோற்றத்தைத் தருகிறதோ எனத் தோன்றுகிறது. நாள் துவங்கும்போதே ஏதோ ஒன்று ஆக்கிரமித்தபடி இருக்கின்றது. அதிலிருந்து இன்னொன்று, அந்த இன்னொன்றிலிருந்து மற்றொன்று எனக் களைத்து நிமிர்கையில், நாள் தீர்ந்து போய்விடுகின்றது.

எப்போதும் இதுபோல் இருந்ததில்லையே. வாழ்ந்த காலம் வேறாகவும், வாழும் காலம் வேறாகவும்தான் இருக்கின்றன. வாழப்போகும் காலம் இன்னும் வேறானதாக, 'இப்படித்தான் இருக்கும்' எனக் கற்பனை செய்யமுடியாததாக இருக்கலாம். இப்படியாக

யோசிப்பதும், பேசுவதும் நிகழ்காலத்தின்மீது எப்போதும் புகார் வாசிக்கும் ஒருவித மனநிலையா!? அப்படியாகவே இருப்பினும், நிகழ்காலம் குறைகளற்றதாக எப்படி இருக்க முடியும்?.

கால் நூற்றாண்டு காலம் பின்னோக்கி எந்த ஒரு தினத்திற்குச் சென்று பார்த்தாலும், அப்படியான நாட்களை ஆக்கிரமிக்க ஒன்றுமே இல்லையென்பதுதான் உண்மை. வாழ்க்கையில் 'இது வேண்டும், இப்படியாக இருக்க வேண்டும்' எனும் கனவுகள் இல்லை. பெரிய தேவைகளற்ற வாழ்க்கையை வாழ்ந்து வந்தோம். கனவுகள் இரவுகளோடும், உறக்கத்தோடும் மட்டுமே தொடர்புடையதாக இருந்தன.

இன்றைய நாட்களை எந்நேரமும் எதுவோ ஒன்று ஆக்கிரமித்திருக்கின்றது. புதிய உருவாக்கங்கள் வாழ்வின் அங்கங்களாக மாறத்தொடங்கிவிட்டன. நேற்று அடைந்தது இன்றும், இன்று அடைவது நாளையும் பழையதாகிவிடுகின்றன. ஒவ்வொன்றும் புதிதாய், மிகப் புதிதாய்த் தேவை எனும் வேட்கையோடு பயணம் நீள்கிறது. புதிது புதிதாய் வேண்டும் எனும் தேடலை, ஆசையை, இவை தேவையில்லாத ஆசை / பேராசை எனும் வட்டத்திற்குள் அடைத்துவிட முடியாது.

ஆக்கிரமிப்பு மிகுந்த நாட்களை இலகுவானதாய்க் கடந்திட மிகுந்த திட்டமிடலும், 'எதிர்காலத்தில் இப்படியாக வேண்டும்' எனும் தீர்க்கமான கனவும் அவசியமாக இருக்கின்றது. திட்டமிடாத அன்றாடங்கள் நெருக்கடி மிகுந்ததாக இருக்கின்றன. எதிர்காலத்தில் இது வேண்டும், இப்படி இருக்க வேண்டும் எனும் தெளிவற்ற வாழ்க்கை குழப்பம் சூழ்ந்ததாகவே அமைகின்றது.

ஒவ்வொரு நாளும் நம் முன் புதிய வாய்ப்புகளை முன்னிறுத்துகின்றன. சில நாட்கள் சிலவற்றை முற்றிலும் புறந்தள்ளி 'இவை பயன்பாட்டுக்கு உகந்ததன்று' என முடக்குகின்றன. இவை இரண்டையும் சமன் செய்து வாழ்க்கையை நகர்த்திட, எதிர்காலம் குறித்த நம்பிக்கை மிகுந்த கூரிய பார்வையும், அந்த பார்வைக்கான கற்றலும், அதைச் செயல்படுத்துவதற்கான உழைப்பும் அவசியம்.

எதிர்காலத்தில் நமக்கு எது தேவை என்பது தீர்மானிக்கப்பட வேண்டும். கிடைக்கும், கிடைக்காது என்பது குறித்து இப்போது கவலைப்பட வேண்டியதில்லை. அப்படியான கவலைகளற்ற கனவுதான் பாரதிக்கு இருந்திருக்க வேண்டும். பாரதியின் இரண்டு துணிச்சல்மிகு கனவுகள் என்னை எப்போதும் வியக்கச் செய்பவை

“காசி நகர்ப்புலவர் பேசும் உரைதான் காஞ்சியில் கேட்பதற்கோர் கருவி செய்வோம்” என்ற கவிதை வரிகள் நினைக்கும் கணந்தோறும் வியப்பேற்படுத்துவது “ஏறத்தாழ நூறு வருடங்களுக்கு முன்பு எப்படி பாரதியால் அப்படியொன்றை தன் விருப்பமாக, கனவாகக்கொண்டிருக்க முடிந்தது?” என்பதுதான்.

தனக்கு வேண்டுவதைக்கூட ஏற்கனவே புழக்கத்தில் இருப்பதிலிருந்து எளிதாகத் தேடி எடுத்துக்கொள்ளவே தயங்கும் மனிதர்களுக்கு மத்தியில் ‘காசியில் பேசும் உரையை காஞ்சியில் கேட்பதற்கோர் கருவி வேண்டும்’ என நினைக்க எத்தனை துணிச்சலும் பேராவலும் இருந்திருக்க வேண்டும். ‘அப்படியான கருவி எப்படியிருக்கும், எத்தன்மை வாய்ந்ததாக இருக்க வேண்டும், எதன் மூலம் இயங்கும்’ என எதையுமே கற்பனை செய்திட முடியாத காலத்தில், தான் விரும்பும் காரியத்தைச் செய்ய ஒரு கருவி வேண்டும் எனக் கற்பனை செய்வது அல்லது கனவு காண்பது நிகழ்ந்திருக்கின்றது.

இக்கருவி செய்யும் கனவை விடவும், கூடுதலான வேட்கை நிறைந்த கனவொன்றும் பாரதியிடமிருந்து தெறித்ததை மறந்துவிட முடியாது. அடிமை விலங்கொடிக்க தேசம் முழுதும் வேள்வி நடந்த காலகட்டத்தில் விடுதலையை அடைந்தே விட்டதாகவே கனவு கண்டிட்ட துணிச்சல்தான் அது.

“ஆடுவோமே – பள்ளுப் பாடுவோமே; ஆனந்த சுதந்திரம் அடைந்து விட்டோமென்று”

எனும் கனவோ, தீர்க்கதரிசனமோ பாரதிக்கு மட்டுமே சாத்தியமான ஒன்று.

பின்வருவதை முன் உணர்வதே தீர்க்கதரிசனம் எனில், பாரதியிடம் தீர்க்கதரிசனம் எனும் வல்லமை இருந்தது; பின்னால் வருமா வராதா என்று தெரியாதபோதும், அது தனக்கு வேண்டுமெனும் தீராத கனவு இருந்தது. கனவு அவரால் அடையக்கூடியதாகவோ, அவர் காலத்திற்குள்ளேனும் அடைக்கூடியதாகவோ இல்லாவிடினும், அவர் கண்ட கனவை காலம் மெய்யாக்கியது.

தீவிரமும், வேட்கையும், தேடலும் நிறைந்தவொரு கனவுதான் நமக்கும் மிக முக்கியமான தேவையாக இருக்கின்றது. ஒரு கனவை தீர்மானிப்பது மட்டுமேபோதுமானதாக இல்லை. தீர்மானித்த கனவின் பாதையில் தெளிவு கொள்ளுதல் முதல் தேவை. கனவை நோக்கிச் செல்வதென்பது ஒரு நெடும்பயணம். அந்த நெடும்பயணத்தை எங்கு துவக்குகிறோம் என்பதிலிருந்து,

கடக்கும் தொலைவின் ஒவ்வொரு படிநிலையையும் உணர்ந்து, தெளிந்து, மகிழ்ந்து பயணித்தல் அவசியம்.

கனவை நோக்கிய நெடும்பயணத்தில் ஒவ்வொரு நிலையை எட்டுவதையும் "வெற்றி" என்கிறோம். அப்படியான எட்டல்களும், கருதும் வெற்றிகளும் இணைந்த தொகுப்புதான் அந்தப் பயணப்பாதை. கிட்டும் ஒவ்வொரு வெற்றியும் பயணத்திற்கான உந்து சக்தி. அடையும் ஒவ்வொரு தோல்வியும் அனுபவச் சேர்க்கை.

ஒட்டுமொத்தக் கனவை நோக்கிய பயணமோ, அதிலிருக்கும் இலக்குகளை நோக்கிய பயணமோ, அது முதலில் கோருவது நேர்மையான, அர்ப்பணிப்பு மிகுந்த பங்கேற்பை மட்டுமே. அதில் பிறழ்வு ஏற்பட்டால் பயணம் மிகப்பெரிய தொய்வைச் சந்திப்பதை தவிர்க்கமுடியாது. கோரும் உழைப்பை பொய்யின்றி, சமரசமின்றி, வெற்றுச் சமாதானங்களின்றி முழுத்திறனோடு அளிக்கவேண்டும்

உதாரணத்திற்கு உழைப்பு கோரப்படும்போது அளிக்கப்படும் பதில்கள்... "நான் செய்கிறேன் / செய்வேன்" *(I will do)* அல்லது "செய்ய முயற்சிக்கிறேன்" *(I will try to do)* என்பதுதான். ஒரு காரியத்தில் "நான் செய்கிறேன்" என்பதை முழு ஒப்புக்கொள்ளலாகக் கருதலாம். "செய்ய முயற்சி செய்கிறேன்" என்பதில் உண்மை முயற்சிகள் இருக்கலாம்; அல்லது மகிழ்வூட்டும் பதிலாகவோ, கேட்பவரை திருப்தி செய்வதற்கான பதிலாகவோ இருக்கலாம்.

"நாளை வருகிறாயா!?" எனக் கேட்கப்படுவதில், "ஆமாம் வருகிறேன்" எனப் பதில் சொல்பவர்களில் 80% பேர் அவ்விதமே வருகிறார்கள். "ஐ வில் ட்ரை" எனச் சொல்பவர்களில் 80% பேர் வருவதே இல்லை. முயற்சி செய்தலை நிகழ்த்தாமல், முயற்சி செய்கிறேன் என்பதை ஒரு தப்பித்தலுக்கான பதிலாக மட்டும் பிரகடனப்படுத்துகிறார்கள்

பயிலரங்கு ஒன்றில் முயற்சி குறித்து உரையாடுகையில் நான்கு பேரைச் சுட்டி, "எழுந்து நிற்க முயற்சி செய்யுங்கள்" என்றேன். நால்வரும் எழுந்து நின்றனர். "ஏன் எழுந்து நிற்கிறீகள்?" எனக் கேட்டேன். சற்று குழம்பியபடி "நீங்க தானே எழுந்திருக்கச் சொன்னீர்கள்!?" என்றனர். நான் "எழுந்து நில்லுங்கள் என்றா சொன்னேன்!?" என அழுத்தமாகக் கேட்டேன். தங்களுக்குள் கிசுகிசுப்பாய் பேசிவிட்டு "இல்லை... எழுந்திருக்க ட்ரை பண்ணச் சொன்னீங்க!" எனும் பதில் வருகிறது.

"எழுந்திருக்க ட்ரை பண்ணுங்கனுதானே சொன்னேன். எழுந்திரிக்கச் சொல்லலையே...!"

"ட்ரை பண்ணினாலே எழுந்து நிற்க வேண்டியதாகி விடுகிறது"

உண்மையில் முயற்சித்தல் என்பது எழுந்து நிற்பதல்ல, எழுந்து நிற்க முயற்சி மட்டுமே செய்தல். அதாவது கால்களை சற்று வலுப்படுத்தி, உடலை இருக்கையிலிருந்து மேல் நோக்கி பெயர்த்துதல். முயற்சி என்பது வெறும் ஒரு அங்குலம் மட்டும் உடலை உயர்த்திவிடுதல் எனில், அதை மட்டுமே செய்துவிட்டால்போதும். இருக்கையிலிருந்து ஒரு அங்குலம் மட்டும் உடலை உயர்த்திவிட்டு அதோடு நின்றுவிட முடியுமா!? அப்படி நிற்பதை உடல் ஏற்றுக்கொள்ளாது. அந்த ஒரு அங்குல உயரத்தில் எவ்வளவு நேரம் சமநிலை பாவித்துத் தொடரமுடியும். இங்குதான் 'செய் அல்லது செத்துமடி' எனும் பாடத்தை உணர்த்துகிறது முயற்சி.

எழுந்து நிற்க முயற்சி செய்ததில் நாற்காலியிருந்து சுமார் ஒரு அங்குலம் உயரத்தில் கால்களின் பலத்தில் மட்டுமே நிற்கிறோம். அச்சூழலில் வலி தவிர்க்க, சமநிலை காப்பாற்ற இருக்கும் வழிகள் ஒன்று உட்கார்ந்துவிட வேண்டும் அல்லது எழுந்து நின்று விடவேண்டும். வீழ்வதற்காக முயற்சி செய்யவில்லை, எழுவதற்காகத்தான் அந்த முயற்சியினை மேற்கொண்டோம் என்பதால் அது நம்மையுமறியாமல் நிகழ்ந்து விடுகின்றது.

செயல்களில் காட்டும் அர்ப்பணிப்பும், நேர்மையான உழைப்பும், தீவிரமும் வெற்றிகளைக் கையகப்படுத்தும். வெற்றிகளின் தொகுப்பு தானாகவே கனவினை வசப்படுத்தும்.

"நம் தோழி" பிப்ரவரி - 2016

விவசாயிகளை வேர் அறு!

ஆறு வழி தேசிய நெடுஞ்சாலையில் கார் பறந்துகொண்டிருக்கிறது. வெளிநாட்டிலிருந்து வந்திருக்கும் நண்பர், "அடேங்கப்பா... ஊரெல்லாம் சுத்தமாக மாறிடுச்சு. செம டெவலப்மெண்ட்போல" என்கிறார் ஒரு கசப்பான புன்னகையை வழியவிடுகிறேன்.

உண்மையிலேயே இது வளர்ச்சியா!? தன் இருப்பிலிருந்து மாறுவது எல்லாமே வளர்ச்சியாகிவிடுமா?. ஒரு குழந்தை வளர்வது, உயரத்திற்கேற்ற பருமன் கூடுவது வளர்ச்சி. உடலில் ஏதாவது ஒரு பகுதி மட்டுமே பெரிதாவது வளர்ச்சியா? பொதுவாக இங்கே வீக்கம் வளர்ச்சிபோல் உணர்த்தப்படுகிறது. புற்றுநோய் கட்டியும்கூட தன் இயல்புநிலையில் இருந்து கூடுதலாய் வளர்வதுதான். இது வீக்கம், இது புற்று என வகைப்படுத்தத் தெரியாத சமூகம் வேறுவழியின்றி அதை வளர்ச்சி என்றே சொல்லிக்கொள்ள நிர்பந்திக்கப்படுகிறது.

விரிவாக்கம் செய்யப்பட்ட நெடுஞ்சாலைகள் ஐம்பது கி. மீ தூரத்திற்கு ஒருமுறை பணம் செலுத்திவிட்டு அந்தச் சாலையே நமக்குச் சொந்தம் எனும் நினைப்பில் 160 கி. மீ வேகம் வரை விரைகின்றவர்களுக்கு, அந்தச் சாலைகளின் புவியியல் தெரியலாம். ஆனால் அதன் வரலாறு தெரியுமா?

சாலை எங்கெல்லாம் தன்னை விரிவுபடுத்தி, நளினப்படுத்திக் கொள்ள முனைகிறதோ, அங்கெல்லாம் முதலில் காவு கேட்பது சாலைகளின்

இருமருங்கிலும் வரிசையாக நின்றிருந்த மரங்களை. நெடுஞ் சாலைகளின் இருமருங்கிலும் ஒவ்வொரு கிலோ மீட்டர் தொலைவிற்கும் 200–300 புளிய மரங்களோ, வேப்ப மரங்களோ இருந்தன. இன்றைக்கு நாற்கரச் சாலையில் ஒரே ஒரு மரத்தைக்கூட காணமுடியவில்லை.

அடுத்து காவு கேட்பது அந்தப்பகுதியில் காலம்காலமாய் வாழ்ந்து வந்தவர்களின் வேர்களைத்தான். விரிவாக்கத்திற்காகவும், நகரங்களைச் சுற்றிச் செல்லும் புறவழிச்சாலைகளை அமைப்பதற்காகவும் ஒரு ரௌடியின் மனோபாவத்தோடு நிலங்கள் கையகப்படுத்தப்படுகின்றன. அதற்கு எந்த வகையிலும் பொருந்தாத தொகை ஒன்று வழங்கப்படுகிறது. அத்தோடு "நீ காலம் காலமாகப் பயன்படுத்திய நிலம் இனி உனக்குச் சொந்தமல்ல" என வெளியேற்றிவிட்டு, "இனி என் சாலையில் கால் வைத்தால் காசு கொடுக்க வேண்டும்" என்றும் சொல்கிறது.

சாலைகள் விரிவாக்கம் செய்யப்பட்டால் விபத்துகள் குறையும் என்றார்கள். முன்பெல்லாம் 100 கி. மீ தூர பயணத்தில் சராசரியாக 5 விபத்துகளுக்கான அடையாளங்களைக் காணலாம். ஆனால் இப்போது அப்படிக் காண முடிவதில்லை. ஆக விபத்துகளே நடப்பதில்லையா?. உண்மையில் முன்பைவிடக் கூடுதலாகவே விபத்துகள் நடக்கின்றன. முன்புபோல் வாகனங்கள் நாள் கணக்கில் அகற்றப்படாமல் கிடப்பதில்லை. சில மணி நேரங்களில் நெடுஞ் சாலைத் துறையினரால் அகற்றப்பட்டு விடுகின்றன. சாலையைக் கடக்க முனையும் உள்ளூர்வாசிகள், சாலையின் அகலம், அதில் சீறி வரும் வாகனங்களின் வேகம் பற்றி அறிந்திராததால் இழக்கும் உயிர்களை, உடல் உறுப்புகளை நினைத்தால் நடுங்குகிறது.

நெடுஞ்சாலைகளில் 90% சாலையோரப் பகுதி விவசாய நிலமாக இருந்தவை. கால்வாய்ப் பாசனம் இருந்தால் நன்செய், கிணறு மட்டும் இருந்தால் புன்செய், மழையை நம்பியிருந்தால் மானாவாரி. விரிவு படுத்தப்பட்ட சாலையில் 90% நிலங்கள் விவசாயத்தைத் தொலைத்துவிட்டன. ஆவின் பால், உணவகம், இட்லி தோசையுடன் பாயாசமும் தரும் பஞ்சாபி உணவகம், தொழிற்சாலைகள், வீட்டு மனைகள், பள்ளி கல்லூரிகள், இடம் வாடகைக்கு என்ற பலகை தாங்கிய காலி இடங்கள், வாகனப் பணிமனை, பெட்ரோல் நிலையங்கள், விடுதிகள், செடிப்பண்ணை, திருமண மண்டபங்கள் என தொடர்ந்து நிரம்பிக்கொண்டேயிருக்கின்றன.

அங்கிருந்த விவசாயம் என்ன ஆனது? அந்த விவசாயிகள் எங்கே போனார்கள்? அந்த விவசாய நிலத்தின் கூலிகளாய்

இருந்தவர்கள் என்ன ஆகியிருப்பார்கள் என சிந்திப்பதுண்டா? நிலத்தை விற்றவர்கள் முதலாளிகளாக, நிதிநிறுவன அதிபர்களாக அவதாரம் எடுத்தனர். கூலிகளாக இருந்தவர்கள் நகரங்களுக்குப் புலம்பெயர்கின்றனர், அவர்களில் பலர் நிறுவனங்களில், ஏடிஎம்–களில் செக்யூரிட்டிகளாகவும், வீட்டு வேலை செய்யும் பெண்களாகவும் மாறுகின்றனர்.

வளரும் நாடுகளில் திணிக்கப்படும் வளர்ச்சித் திட்டங்களில் உலக வங்கியும், வெளிநாட்டு நிறுவனங்களும் பெரிதும் ஆர்வம் காட்டுகின்றன. அவர்களுக்கு இங்கிருக்கும் சாலைகள் விரிவாக்கம் பெறுவதின் மேல், நீர்நிலைகள் பாதுகாக்கப்படுவதன் மேல் ஏன் இத்தனை அக்கறை என்பது அவ்வளவு எளிதில் புரிந்துவிடாத ஒன்று. பெரும்பாலும் விரிவாக்கப்படும் சாலைகள் அந்தந்தப் பகுதி மக்களுக்கா அதிகப் பயன் தருகின்றன?. எங்கோ இருக்கும் ஒரு பெருநிறுவனத்தின் பொருட்களை, நாட்டின் இன்னொரு பகுதிக்கு அதிவிரைவில் எடுத்துச்செல்லும் வகையிலான சாலைகளே முன்னுரிமை கொடுத்து கட்டமைக்கப்படுகின்றன.

இந்தியா போன்று தன் விழுமியங்களை பாதுகாக்க முனையும், ஒட்டு மொத்த உலக தட்பவெப்பத்திற்கு, மண்ணிற்கு, விளைச்சலுக்கு சவால் விடும் சூழல்களைகொண்டுள்ள வளர்ந்து வரும் ஒரு நாட்டின்மீது கார்ப்பரேட் எனப்படும் மாஃபியாக்களுக்கு ஒரு பெரிய கண் உண்டு. அவர்கள் சொந்த நாட்டின் அரசியலை நிர்ணயிக்கும் தாதாவாகவோ, வளர்ந்த நாடுகளில் இருந்து வளரும் நாடுகளின் அரசியல் சதுரங்கக் காய்களை நகர்த்தும் தாதாக்களாகவோ இருக்கலாம். அவர்களின் முதல் நோக்கம் வளர்ச்சி என்பதான ஒரு மாயை குறித்த ஒரு ஏக்கத்தைத் தூண்டிவிடுவது. அடுத்து வளரும் நாடுகளில் காலம் காலமாக சுயசார்போடு, கட்டுக்கோப்போடு, நிலைத்த தன்மையோடு வாழும் மக்களை, அவர்களை அறியாமலேயே கொஞ்சம் ஆழத்தில் இறங்கி அவர்களின் முக்கிய வேர்களை அறுத்துவிடுவது.

கையகப்படுத்திய நிலத்திற்குச் சொந்தமானவனையும், அதில் வேலை செய்தவனையும் நேரடியாக வேர் அறுத்து உடனடியாக வெளியேற்றினார்கள். சாலையோரம் நிலம் வைத்திருப்பவனை, அவனையறியாமல் “காசு, பணம், துட்டு… மணி… மணி” எனும் மாயையில் அவன் காலம்காலமாக செய்து வந்ததை நூதனமாக நிறுத்தச்செய்து அவனை மெல்ல வெளியேற்றும் திட்டத்தோடு வேரை மட்டும் அறுத்துவிட்டார்கள். இனி கொஞ்சம் கொஞ் சமாக அவனும் உதிர்வான். பணம், வாய்ப்பு இல்லாதாலும்

தன் பூர்வீகத்திலிருந்து ஒருவன் வெளியேறலாம், கூடுதல் பணம், கூடுதல் வாய்ப்பு என்றும் ஒருவனை வெளியேற்றலாம்.

100 கிமீ தொலைவிற்கு சாலைகள் விரிவாக்கம் செய்யப்பட்டால், நேரடியாகவும் மறைமுகமாகவும் சுமார் 5000 ஏக்கர் நிலங்கள் விவசாயத்தைக் கைவிடுகின்றன. 5000 ஏக்கர் நிலம் சார்ந்த விவசாயிகள், விவசாயக் கூலிகளின் வேர்கள் அறுக்கப்பட்டுவிட்டதை அவர்கள் உணர்வதில்லை என்பதுதான் கசப்பான உண்மை.

*

ஈரோடு மாவட்டத்தை மேட்டூர் வலதுகரை, காலிங்கராயன், அரக்கன்கோட்டை, தடப்பள்ளி, கீழ் பவானி கால்வாய்கள் பெரிதும் வளப்படுத்துபவை. இதில் அகலமான, மிக நீளமான கீழ்பவானி கால்வாய் காமராஜர் முதலமைச்சராக இருந்தபோது அமைக்கப்பட்டது. காலிங்கராயன் கால்வாய் 730 வருடங்களுக்கு முன்பு பவானி ஆற்றில் தடுப்பணை கட்டப்பட்டு காவிரி ஆற்றுக்கே சவால் விடும் வகையில் ஆற்றைவிட உயரமான ஆற்றை ஒட்டிய வறண்ட நிலங்கள் பயன்பெறும் வகையில் அமைக்கப்பட்டது.

காலிங்கராயன் கால்வாயில் சாய, தோல் கழிவுகள் கலக்கின்றன எனச் சொல்லி கரைகள், தளம் கான்க்ரீட்டால் நிரப்பப்பட்டுள்ளது. கடைமடைக்கு தண்ணீர் போவதில்லை, நீர் கசிந்து வீணாகின்றது என்ற காரணங்களால் கீழ்பவானி வாய்க்காலுக்கு கான்கிரீட் சுவரும் தளமும் அமைக்க 1200 கோடிக்கு மேல் உலக வங்கி செலவு செய்ய சில வருடங்களாக தயார் நிலையில் இருக்கின்றது.

மேலோட்டமாகப் பார்த்தால் நீர் வீணாவதைத் தடுக்கவும், கடைமடைக்கு தண்ணீர் செல்வதை உறுதிப்படுத்தவும் கான்க்ரீட் அவசியம் என்ற வாதம் சரியாகப்படலாம். ஆனால் 200 கி.மீ தொலைவு இருக்கும் கால்வாயின் கரைகள் கான்க்ரீட் ஆக்கப்பட்டால், அந்தக் கரைகளில் இருக்கும் 2 லட்சம் மரங்கள் என்னவாகும், அதை நம்பிய பறவைகள் பூச்சிகள் என்ன செய்யும் என்பதற்கு யாரிடமும் பதிலில்லை. நீர் கசிந்து வீணாகின்றது என்பதைப் போன்ற முட்டாள்தனமான வாதம் உலகில் வேறொன்றுமில்லை. கால்வாயில் ஓடும் நீர் மண் உறிஞ் சப்படுவதால் வீணாகின்றது எனச் சொன்னால், இனி ஆற்றுக்கும், அணைக்கும்கூட கான்க்ரீட் போட்டு விடுவதுதானே நல்லது.

கீழ்பவானி கால்வாயில் நேரடியாக இரண்டு லட்சம் ஏக்கர் பாசனம் பெறுகிறது. நிலத்தடி நீர் உயர்வதின் வாயிலாக, கசிவுநீர்க் குட்டைகள் நிரம்புவதன் மூலமாக மறைமுகமாக

மூன்று லட்சம் ஏக்கர் நிலம் பயன் பெறுகின்றது. கால்வாய் கான்க்ரீடாக்கப்பட்டால், சில ஆண்டுகளில் அந்த மூன்று லட்சம் ஏக்கர் நிலமும் முற்றிலும் மானாவாரி நிலமாக மாற்றப்படும். விவசாயம் முழுதும் நலிந்துபோகும். அந்த நிலங்களை நம்பியிருந்த விவசாயிகள், விவசாயக் கூலிகள் வேறு வழியின்றி மனம் வெதும்பி வெளியேறவேண்டி வரும். கொஞ்சம் நிலங்கள் வீட்டு மனைகளாக்கப்படும். மீதி நிலம் ஒட்டுமொத்தமாக ஏதாவது கார்ப்பரேட் நிறுவனங்களின் தேவைக்கேற்ப ஒரு தொழிற்பேட்டையாக கையகப் படுத்தப்படலாம்.

அப்போ, வளர்ச்சியே தேவையில்லையா? எல்லாவற்றுக்கும் முட்டுக்கட்டை போடுவது சரியா? எனும் கேள்விகள் மிக இயல்பாய் எழுகின்றன. ஒன்றை இழந்தால்தான் இன்னொன்றைப் பெறமுடியும், ரயில் பாதைக்கு நிலம் எடுக்கப்பட்டபோது, நகர விரிவாக்கத்திற்கு எடுக்கப்பட்டபோது என எல்லா நேரங்களிலும் இப்படியான எதிர்ப்புக் குரல் எழும்பும், பின்னர் அடங்கிவிடும் என புத்திசாலித்தனமாக வஞ்சனைகள் நிரப்பி, நினைத்த ஒவ்வொன்றையும் நிறைவேற்றி விடுவது ஒன்றும் சிரமமில்லைதான்.

ஆனால்... இதெல்லாம் உண்மையிலேயே யாருக்காக செய்கிறார்கள்!? பூர்வ குடிகளின் வேர்களை அறுத்துவிட்டு மெல்லமெல்ல அவர்கள் குழம்பி, மனம் வெதும்பி, நொந்து, இயலாமைக்கு ஆட்பட்டு சிதைந்து போவதை உறுதிப்படுத்துவதற்குப் பெயர் வளர்ச்சி என்றால், அது வளர்ச்சியில்லை... அழுத்தமாகச் சொல்ல விரும்புவது "அது புற்றுநோய்க்கு நிகரான ஒன்றுதான்"

●

பகட்டு நமக்களிக்கும் பரிசு

மனிதனின் அத்தியாவசித் தேவைகளில் முதல் மூன்று இடங்களில் இருக்கும் உணவு, உடை, இருப்பிடம். இவை மூன்றும்தான் சமகாலத்தில் மிகப்பெரிய வியாபாரக் கூறுகளாக மாறியிருக்கின்றன. அதிலும் உணவுப்பொருட்களின் விலையேற்றம் மிகப்பெரிய மிரட்டலைத் தருகின்றது. அத்தனை விலையேற்றங்களையும் பொருட்படுத்தாமல் நாம் தொடர்ந்து விலை அதிகரிப்புக்கான காரணங்களைத் தெரிந்தும், தெரியாமலும் ஆதரிப்பது எந்த வகையில் சரியானது என்பது புரியாத ஒரு புதிர்தான்.

உடையும், இருப்பிடமும் நம்மோடு குறிப்பிட்ட காலங்களுக்குப் பந்தம் கொண்டிருப்பவை. ஒருவகையில் உணர்வில் நம்பிக்கை ஏற்படுத்துபவை. ஆனால் உணவு உடலுக்காக. உடலின் ஆற்றலுக்காக. உடல் என்றும் நலமாய் இருப்பதற்காக. உணவில் ருசி எனும் பகட்டும்கூட நாக்கைக் கடந்து தொண்டைக்குப் பயணித்துவிட்டால் ஒன்றுமில்லாமல் போய்விடக் கூடியவை.

அப்படியான உணவு எப்போது நாகரிகத்தின் அடையாளமாய் மாறியதென்பதை நினைக்க ஆச்சரியமாக இருக்கின்றது. உணவுகளில் எவையெல்லாம் நாம் நாகரீகமெனக் கருதியதில் அடங்க மறுத்ததென்று எண்ணிப் புறந்தள்ளினோமோ, அவையே தற்போது நாகரீகத்தின் உச்சத்தில் ஏற்றிவைக்கப்பட்டுக் கொண்டாடப்படுகிறது. அப்படி உயரத்தில் அமர்ந்தபடி நம்மைப் பார்த்து எள்ளலாய் நகைப்பது நமக்கு உண்மையிலேயே தெரிகின்றதா என்ன?

கொங்கு பகுதித் திருமணங்களுக்கென்று தனிப்பட்ட சில சம்பிரதாயங்கள் உண்டு. அந்தத் திருமணங்களின் அன்றைய உணவு வளமையாய் எளிமையானவை மற்றும் இனிமையானவை. இன்றைய திருமணங்களில் வரிசையாய் அலங்கரிக்கப் பட்டிருக்கும் உணவு வகைகள் போல் ஒரு போதும் மிரட்சி தராதவை.

கம்பும் ராகியும் மட்டுமே பழக்கப்பட்டிருந்த இந்தப் பகுதி மக்களுக்கு அரிசியும் கரும்பும் அறிமுகமானதும் கூட கடந்த அரை நூற்றாண்டு காலத்திற்குள் நிகழ்ந்த கால்வாய்ப் ப்ாசனத்தின் பின்பாகத்தான் இருக்க வேண்டுமென நினைக்கிறேன்.

கம்பங்கதிரும், ராகிப் பூட்டையும் வயல்களில் இருந்த காலம் இன்னும் நினைவிலுள்ளது. படிப்படியாக ஆக்கிரமித்த நெல், கம்பஞ் சோற்றையும், ராகிக் களியையும் கடுமையாக ஒடுக்கியது. அரிசி கிடைக்காத ஏழைகளின் உணவாக அடையாளப்படுத்தப்பட்டு ராகிக்களி ஒடுக்கப்பட்டது. களியும் கம்பஞ்சோறும் மட்டுமே இருந்த காலத்தில் மனிதர்களுக்கு திருமணம் உள்ளிட்ட விருந்துகளில் மட்டுமே அரிசிச் சோறு கிடைத்தது. திருமணங்கள் எளிமையாக நடந்த அந்த நாட்களில் இரவு உணவுகளில் சிற்றுண்டி வகைகளுக்குப் பதிலாக, சோறு, சாம்பார், நெய், ரசம், தயிர், வடை, பாயாசம், இனிப்பு, அப்பளம் ஆகியவை இடம் பெற்றிருந்தன. கால மாற்றம் இரவு மற்றும் காலை உணவுகளில் இட்லி, தோசை, பூரி, பொங்கல் உள்ளிட்டவற்றை அறிமுகப்படுத்த சோற்றின் அவசியம் அறுந்து போனது. காலம் சுழன்றபடியேதான் இருக்கின்றது. திருமணம் மற்றும் விழாக்களில் ஒதுக்கப்பட்டிருந்த சோறு தயிர் சாதத்தின் வழியே மீண்டும் வந்தது. இப்போது சோறு, நிலக்கடலைச் சட்னி, கொள்ளு ரசம் என பகட்டின் பயணத்தை வேறு திசைக்கு மாற்றியிருக்கிறோம். ஒதுக்கிக் கழிக்கப்பட்ட களியும், கம்பஞ்சோறும் பகட்டின் பேரங்கமாய் இப்போது பல திருமணங்களில் உணவு மேசைகளில் அமர்ந்திருக்கின்றது.

இவ்வாறாக கால்நூற்றாண்டு காலத்தில் எதையெல்லாம் இப்பகுதி மக்கள் தம் உணவில் பிரத்யேகமாகக் கொண்டாடினார்கள், இழந்தார்கள் என்பதை மேலோட்டமாக யோசிக்கும்போது இழந்ததின் ருசி மட்டும் எச்சமாய் மீந்து நிற்கின்றது.

கிராமப்புற மனிதர்களுக்கு உணவுக்கான பொருட்களைக் கொள்முதல் செய்வதில் பெரிய சிரமங்கள் ஏதுமில்லை. தம் விளைநிலத்தைச் சார்ந்தே பெரும்பாலும் அவர்களின் உணவு அமைந்திருந்தது. கிட்டத்தட்ட சமையலில் சுவையூட்டிகளாய்ப் பயன்படுத்தும் உப்பு, பூண்டு, மிளகு, பெருங்காயம் உள்ளிட்ட பொருட்களுக்கு மட்டுமே அவர்கள் சந்தைகளுக்குச்

செல்லவேண்டியிருந்தது. பிரதானமாய்ப் பயன்படும் ராகி, கம்பு, அரிசி, பருப்பு, வெங்காயம், மிளகாய், புளி, காய்கறி, பழம் உள்ளிட்டவற்றை தாமே விளைவித்து, அறுவடை செய்து பயன்படுத்தும் தன்மை இருந்தது. தனக்குத் தேவையான வெல்லம், சர்க்கரை, கருப்பட்டி, எண்ணெய் வகைகள், நெய் ஆகியவற்றையும் தானே தயாரித்துக்கொள்ளும் வாய்ப்புகளும் இருந்தன.

திருவிழாக் காலங்களில் விழாக்களுக்கு ஏற்ப பதார்த்தங்கள் தயாரிக்கும் பாங்கு இருந்தது. உள்ளூர் மாரியம்மன் திருவிழாக்களுக்கு பச்சை அரிசியை ஊறவைத்து, உலர வைத்து இடித்து வெல்லம் அல்லது சர்க்கரையில் பாகு காய்ச்சி, பிணைந்து நேர்த்திக் கடனுக்கும், வீட்டு பலகாரத் தேவைக்கும் "விளக்கு மாவு" ஏற்றதாய் இருந்தது.

அடைமழைக்கால தீபாவளிக்கு முறுக்கு சுட்டு வைத்து வாரக்கணக்கில் கொறிப்பது ஒரு சுகம். எந்தக் கடையில் வாங்கும் முறுக்கின் சுவையையும் மிஞ்சும் வகையிலான பிரியத்தின் சுவை கூடிய வீட்டுத் தயாரிப்புகள் அவை. கூடுதல் உழைப்பும், கவனமுமாய் சுட்டு மொடாக்களில் அடுக்கி வைக்கப்படும் முறுக்குகள் அவ்வளவு எளிதில் நம்மைவிட்டு தீர்ந்து போகாதவை.

நிலக்கடலையை வறுத்து வெல்லத்தில் பாகு காய்ச்சி உருண்டைகள் செய்வது, முத்தல் தேங்காய்களைத் துருவி சர்க்கரைப்பாகு சேர்த்து தேங்காய் மிட்டாய் செய்வது, வெல்லத்துடன் வறுத்த எள் சேர்த்து இடித்து மணக்க மணக்கச் செய்யும் எள்ளுமாவு, அதே எள்ளை மிளகாய் உடன் சேர்த்து காரமாய் இடிக்கும் எள்ளு மிளகாய்த் தூள் என ஒவ்வொன்றும் மிக எளிதாக ஆனால் சுவையாக வாழ்வை அங்கீகரித்தன.

வீட்டில் குழம்பு வைக்க பருப்பு இல்லையென்றாலும் கொஞ்சம் மிளகாயும், வெங்காயமும் எண்ணையும் இருந்தால் போதும். வீட்டைச் சுற்றி அக்கம்பக்கம் தரையில் படர்ந்திருக்கும் குப்பைமேனிக் கீரையைப் பறித்து கீரைக்குழம்பு வைத்துவிடலாம். சூடாய் இருக்கும் ராகிக் களிக்கு இந்தக் கீரைக்குழம்பு ஏகப்பொருத்தம். அதே ராகிக் களியை உருட்டி உருண்டையாக்கி தண்ணீரில் ஊறவைத்து பதப்படுத்தி அடுத்த நாட்களுக்கு கரைத்துப் பருகலாம். அதில் புளித்து நிற்கும் நீர்த்தண்ணி ஆகச்சிறந்த காலை ஆகாரம். அன்றைய தினங்களில் காலை உணவை சாப்பிட்டாகி விட்டதா எனக் கேட்பது பழக்கமில்லை. "சோறு குடிச்சிட்டியா" என்பது ராகிக் களி, கம்பஞ்சோறு, பழைய சோறு உண்பதையே குறிக்கும்.

வயல்வெளிகளில் ஊடுபயிராய் விளைவிக்கும் பச்சைப்பயறு, தட்டப்பயறு மிகச் சுவையான ஒரு உணவுப் பண்டங்கள். பண்டிகை தினங்களில் பச்சை பயறு, தட்டப்பயறு ஆகியவற்றை ஊற வைத்து வேகவைத்து தாளித்து உண்பது கொண்டாட்டமானது. அதேபோல்தான் சோற்றுக்கு அந்தக் குழம்புகளைப் பயன்படுத்துவதும்.

திருவிழாக்கள் மற்றும் உறவுகளின் ஒன்று கூடல்களை முன்னிட்டு கிடா வெட்டி விருந்து வைப்பதுண்டு. பெரும்பாலும் இப்படியான நிகழ்வுகளுக்கு பார்த்துப் பார்த்து கூடுதல் கவனம் எடுத்து சொந்தமாக ஆடுகளை வளர்ப்பார்கள். விழா தினங்களில் வெட்டி விருந்து படைத்து மகிழ்வூட்டுவதுண்டு. பல தருணங்களில் தனியாக கெடா வெட்டி விருந்து படைக்க முடியாத சிலர் ஒன்றிணைந்து ஒரு ஆட்டினை வெட்டி அதில் இருக்கும் எல்லாப் பகுதியையும் ஒன்றாய்க் கலந்து இறுதியாக அதை கூறுகளாக பிரித்துக் கொள்வதற்குக் கூறுக்கறி என்று பெயர்.

சாமான்யர்களின் பிரியாணி அல்லது கொங்கு மக்களின் பிரியாணி எனும் சிறப்பான பெயர், இங்கு வீடுகளில் பிரத்யேகமாய்ச் சமைக்கும் “அரிசிம்பருப்பு” சோற்றுக்கு உண்டு. இதெற்கென தனி ரசிகர்கள் உண்டென்று சொன்னால் அதை நம்பித்தான் தீர வேண்டும். சற்று அவசரமான சூழல்களில் குழம்பு, ரசம் வைக்க இயலாத சூழல்களில் அல்லது குறிப்பிட்ட சில தினங்களில் வெங்காயம், மிளகாய், கறிவேப்பிலை ஆகிவற்றைத் தாளித்து அவற்றோடு அரிசி மற்றும் துவரம்பருப்பை ஒன்றாகக் கலந்து பூண்டு, தக்காளி, மஞ்சள் தூள் சேர்த்து பதமாய்ச் சமைக்கப்படும் உணவிற்கு “அரிசிம்பருப்பு” என்று பெயருண்டு. மஞ்சள் நிரத்தில் மின்னும் இந்த உணவின் சுவை மிகப் பிரத்யேகமானது.

ரசம் “மொளசாறு” என்றே கிராமங்களில் அழைக்கப்பட்டன. மொளசாறு என்பதன் சரியான பெயர் “மிளகு சாறு” என்பதுதான். புளிக்கரைசலோடு மிளகு உள்ளிட்ட பொருட்களைச் சேர்த்து சாறாகக் காய்ச்சுவதாலேயே அதற்கு மொளசாறு என்ற பெயர் வந்திருக்கலாம். அடுப்பும், நெருப்பும், நேரமும் அமையாத சூழல்களில் இந்த ரசத்தின் இன்னொரு வடிவத்தை உணவோடு பிசைந்துண்ண பயன்படுத்தியது நினைவிற்கு வருகிறது. புளியைக் கரைத்து அதில் மிளகாய், பச்சை வெங்காயம் உப்பு உள்ளிட்டவை சேர்த்து அடுப்பில் வைக்காமல் எல்லாவற்றையும் பச்சையாக உண்ணும் அந்தக் கரைசலுக்கு “பச்சைப்புளி ரசம்” என்று பெயர்.

அதன் ருசி அறிந்தவர்கள் இன்றளவும் எப்போதாவது கிட்டாதா என ஏங்குவதுண்டு.

காலம் எல்லாவற்றையும் மாற்றுகிறதெனச் சொல்கிறோம். அந்த மாற்றங்கள் நேர்கோட்டில் நிகழ்வதாய்த் தோன்றவில்லை. ஒரு வட்டத்தின் சுழற்சியில் நிகழ்கிறதென்றே தோன்றுகின்றன. ஒடுக்கி ஒதுக்கிய களியும், கம்மஞ்சோறும், பழைய சோறும், பச்சைப்புளியும் பகட்டின் மொழியில் மீண்டும் பெரும் விருந்துகளில் நமக்கே அறிமுகமாகின்றன.

எளிமையிலிருந்து பகட்டுக்கு மாறி, தற்போது பகட்டின் உச்சத்தை அடைந்திருப்பதாக தோன்றுகிறது. திருமணம் ஒன்றில் சுமார் எழுபது வகை உணவு பதார்த்தங்கள் பரிமாறப்பட்டதாகப் பேசப்பட்டது. இம்மாதிரியான விருந்துகளில் உண்பவர்களின் சராசரித் தேர்வு அநேகமாக பத்து வகைகள் இருக்கலாம். பத்து வகைகளை மட்டுமே சுவைக்கும்போது, மிச்சம் இருக்கும் ஐம்பது அறுபது பாதார்த்தங்களுக்கும் சேர்த்துதான் விலை செலுத்துகிறோம். அந்த அவலம் தான் பகட்டு நமக்களிக்கும் "பரிசு"

"அந்திமழை" அக்டோபர் - 2016

ஆட்டமும் ஆசுவாசமும்

ஒரு நிமிடம் மட்டுமே ஓடக்கூடிய காணொளிக் காட்சிதான் அது. தரமான ஒளிப்பதிவொன்றும் கிடையாது. கைபேசியில் பதிவு செய்யப்பட்டு பகிரப்பட்டிருக்க வேண்டும். இரைச்சலான இசை அதிர்கிறது. திறந்திருக்கும் கதவு வழியே ஒரு காவல்துறை அதிகாரி ஆடியபடியே அந்த அறைக்குள் நுழைகிறார். அது அரசாங்க குடியிருப்பு அறை அல்லது ஓய்வு அறையாக இருக்கலாம். கதவின் அருகிலிருப்பவர் அவசரமாகக் கதவை மூடித்தாழிடுகிறார்.

அதிகாரியின் தோற்றம் ஓய்வு பெறும் வயதினை அண்மிக்கிறார் எனச்சொல்கிறது. உள்ளே நுழையும் போதிலிருந்தே நொடிப் பொழுதும் வீணாக்காமல் மிக நேர்த்தியாக நடனம் ஆடிக் கொண்டேயிருக்கிறார். நடனம் என்பதைவிட 'குத்தாட்டம்' என்று சொன்னால் அது அந்த ஆட்டத்திற்கு நெருக்கமான பெயராக இருக்கும். ஒரு கையில் தொப்பியை வைத்துக் கொண்டே ஆடுகிறார். அணிந்திருக்கும் பெல்ட், ஷூ அவருடைய பணித் தகுதியை உணர்த்துகின்றன. சட்டையில் மூன்று நட்சத்திரங்கள் மின்னுகின்றன.

தனது தொப்பையையும் பருமனையும் பொருட்படுத்தாமல் புன்னகையோடு உற்சாகமாகக் குனிந்து நிமிர்ந்து ஆடுகிறார், உடலை வளைத்து நளினம் கூட்டுகிறார், ஒரு கால் தூக்கி ஆடுகிறார். சுழன்று சுழன்று ஆடி, கதவை நோக்கிச் செல்கிறவர், அந்த ஒரு நிமிடப் பொழுதில், தான் விரும்பிய வண்ணம் வாழ்ந்துவிட்ட திருப்தியோடு மனம் நிறைந்து சிரித்தபடியே வெளியேறியிருப்பார்.

காவல்துறையின் “சிஸ்டத்திற்குள்” மூன்று நட்சத்திரங்கள் தரித்த ஒருவர் சாமானியர்கள் முன்னிலையில் தன்னை மறந்து நடனம் நிகழ்த்துவதென்பது ஆச்சரியம்தான். இந்தப் பகிர்வு காவல்துறையின் சிஸ்டம் குறித்தோ, படிநிலைகள் குறித்தோ பேசுவதற்காக அல்ல! ஒவ்வொரு உடுப்புக்குள்ளும், முகமூடிக்குள்ளும் இருக்கும் மனிதனின் சுயவிருப்பக் கொண்டாட்டம் குறித்துதான்.

அறையைவிட்டு வெளியேறிய நொடியிலிருந்து அவரைச் சந்திக்கும் வெளி உலகம், அவரை வேறு மாதிரி வரவேற்கும் சாத்தியங்களுண்டு. விறைப்பாக நிற்பதும், அதட்டலாகப் பேசுவதும், அதிகாரத்தைச் செலுத்துவதுமென அவர் வேறொரு முகமூடி அணியலாம். அப்படி அணியும் தருணமேதும் வருகையில், உள்ளுக்குள் இந்த ஆட்டம் உச்ச ஸ்தாதியில் நிகழும் முரணும் கூட ஏற்படலாம்.

*

நகரத்திலிருந்து கிராமத்திற்குள் பாயும் சாலையில், ஒரு விளைநிலத்தை மேடாக்கி புதிதாக திருமண மண்டபம் எழுப்பியிருக்கிறார்கள். அதற்கு எவருடைய வாயிலும் நுழையாத பெயர் ஒன்று வைத்திருக்கிறார்கள். அழைப்பிதழ் வந்தபோதும், திருமண நிகழ்விற்குச் சென்றபோதும் அந்தப் பெயர் மனதிற்குள் நுழையாத ஒரு பெயராகவே இருந்தது. காலை ஒன்பது மணியளவில் முன்பக்கமிருந்த கூடத்தின் நிழலில் அமர்ந்திருக்கிறேன்.

தலைக்கு மேலே இருந்த சுவற்றில் அந்த மண்டபத்தின் பெயர் எழுதப்பட்டிருந்தது. பெயரை மனப்பாடம் செய்யும் நோக்கத்துடனோ என்னவோ அடிக்கடி தலை உயர்த்தி பார்த்துக்கொண்டிருந்தேன். பார்வையைத் தாழ்த்தி சுழல விடுகிறேன் மண்டபம் கலைந்து கிடக்கிறது. நாற்காலிகள் திசைக்கொன்றாய், தேநீர் பருகிய காகிதக் கோப்பைகள் அந்தப் பகுதியெங்கும் என கசங்கிக் கிடந்தது. சுமாராக பதினைந்து மணி நேரங்களுக்கு முன், இந்த நிகழ்வு துவங்கும் முன் இந்த மண்டபம் எப்படி புத்துணர்வோடு, பொலிவோடு இருந்திருக்கும் எனும் சிந்தனை ஓடுகிறது. புத்துணர்வு, பொலிவு என்பதைக் கடந்து முந்தைய மாலை அந்த மண்டபம் தாங்கியிருந்த கம்பீரம் இப்போது கலைந்திருக்கும் நிதர்சனம் எத்தனை அழகிய பாடம்.

உணவு அரங்கத்தின் முகப்பில் இருக்கும் வெற்றிட நிழலில் ஒருவர் படுத்திருக்கிறார். அருகில் மேளம், நாதஸ்வரம் உறைகளிலிடப்பட்டு வைக்கப்பட்டிருக்கின்றன. அவரின் வயது அறுபதுக்கும் எழுபதுக்கும் இடையில் இருக்கலாம். அடர் கருப்பாய்

இருக்கும் கேசத்தின் வேர்களில் மொத்தமாய் வெண்மை. கருஞ் சிவப்பு கரையில் தங்கநிற பூ போட்ட வேட்டியும், கிளிப்பச்சை வண்ணக் கரை போட்ட துண்டும் அணிந்திருக்கிறார். மேளம் அடிப்பவர்கள் எப்போதும் இப்படியான கரை கொண்ட வேட்டி துண்டுகளையே அணிகின்றனர். தங்கள் பணியெல்லாம் நிறைவடைந்து, உணவு உண்டு வீட்டுக்குப் புறப்படும் நேரத்தில் எதற்காகவேணும் காத்திருக்கும் நேரத்தை படுத்து ஆசுவாசப்படுத்திக்கொண்டிருக்கிறார் என நான் யூகித்துக் கொண்டேன்.

திருமண அரங்குகளில் "மனிதர்கள்" மட்டுமே புழங்கிய, முன்னிறுத்தப்பட்ட ஒரு காலகட்டத்தில் இந்த மாதிரி மேளதாளங்களின் இசை அவசியப்பட்டிருக்கலாம் அல்லது ரசிக்கப்பட்டிருக்கலாம். இன்றைக்கு திருமணக் கூடங்கள் எதன் கட்டுப்பாட்டில் இருக்கிறதென்றே தெரியாத மாயைக்குள் உழன்று கொண்டிருக்கிறது. எல்லாவற்றிலும் பகட்டு, சம்பிரதாயம் என்ற அளவில் மட்டும் அது வடிவமைக்கப்படுகிறதே தவிர உண்மையில் அங்கு நிகழ்த்தப்படும் நிகழ்வுகளில் ஒன்ற முடிகிறதா என்றே தெரியவில்லை. மணமக்களைச் சந்திக்க மேடைக்குச் செல்வது அவர்களை வாழ்த்துவதற்காக என்பதைவிட அருகில் நின்று நிழற்படம் எடுத்து "அட்டென்டன்ஸ்" போடுவதற்காகத்தான் என்பதாகி விடுகின்றது. தாலி கட்டும் நேரத்தில் அங்கே இருக்கும் போட்டோ, வீடியோ எடுப்பவர்களைத் தவிர்த்து அரங்கிலிருக்கும் எவரும் பார்க்க முடியாத ஒரு நெருக்கடியை நாமே கொண்டு வந்துவிட்டோம்.

இந்தச் சூழலில் ஏதோ ஒரு சம்பிரதாயத்தின் அடிப்படையில் அழைக்கப்படும் மேள தாளக்காரர்கள், மண்டபத்தின் ஏதோ ஒரு ஓரத்தில் யாருக்கு இசைக்கிறோம் என்றே தெரியாமல் இசைத்தபடி இருக்கிறார்கள். அந்த இசை யாராலும் ஆழ்ந்து கேட்கப்படாததாலோ என்னவோ, அங்கே சலசலத்துப் பேசும் மக்களுக்கும், கை பேசி அழைப்புகளை எடுப்பவர்களுக்கும் ஒவ்வாத ஒரு ஓசையாக மாறிப்போய்விடுகிறது. "இவங்க வேற எப்பப்பாத்தாலும் டொம்மு டொம்முனு அடிச்சிக்கிட்டே" என அலுத்துக் கொள்ளும் குரல்கள் மேள இசையைவிட வலுவாய் ஒலிக்கின்றது.

சிவப்பு கிரானைட் தரையில் கால் மேல் மடித்துப் போட்டிருந்த மற்றொரு காலை ஆட்டியவாறு அருகிலிருக்கும் தம் தோழரிடமிருந்து கணேஷ் பீடிக்கட்டை வாங்கி ஒரு பீடியை உருவி நெருப்பு மூட்டிப் படுத்தவாறே புகையை மேல் நோக்கி ஊத ஆரம்பித்தார்.

முந்திய நாள் மாலை அவர் மண்டபத்திற்குள் நுழையும்போது சாத்தியமோ இல்லையோ தனக்கென்று ஒரு கம்பீர முகமூடியை அணிந்திருந்திருப்பார். அரங்குக்குள் நுழைந்து வாடிக்கையாய் தாம் அமரும் இடத்தில் இரு சதுரப்பகுதியை எடுத்துக்கொண்ட பிறகு மத்தளமோ, நாதஸ்வரமோ மெல்ல மெல்ல சுதி கூட்டி இசைக்கத் துவங்கி, அடுத்தடுத்து என நகரும் போதெல்லாம், அந்த சளசளக்கும் கூட்டத்தின் புறக்கணிப்பை புறந்தள்ளி விரல் வழியோ, மூச்சு வழியோ தான் வழியவிடும் இசையின் சக்கரவர்த்தியாகத் தன்னை நினைத்திருந்திருப்பார். காலம் காலமாய் பழகிய இசைதான் என்றாலும், அவர் வாசிக்கும் இசையின் ஏதோ ஒரு சொட்டு அவரையே சிலிர்ப்பூட்டியிருக்கும் சாத்தியம் இல்லாமல் போயிருக்காது.

இதோ எல்லாம் நிறைவடைந்துவிட்டது. ஓய்வாய் தரையில் படுத்து பீடி புகைக்கும் அவரிடம் நேற்றிருந்த கம்பீரமும், சக்ரவர்த்தியாய் நினைத்து இசைத்த கணமும்' மறந்து போய், இதுவும் நான்தான் என தன்னைத் தளர்த்திக்கொள்ளும், ஆசுவாசப்படுத்திக்கொள்ளும் கணம்தான் எத்தனை நிஜமானதும் இயல்பானதும்.

நான் இப்படித்தான் என்ற முறுக்குகளே பல நேரங்களில் நம்மை இறுக்கத்தின் பிடிக்குள் சிக்கவைத்து நம்மை இருக்கிப் பிணைத்திருக்கும் கயிற்றை ஈரமாக்கிக் கொண்டே இருக்கின்றது. இப்படியான தளர்வுகள் எத்தனை பெரிய விடுதலை. விழுந்து புரண்டு சிரிக்கவேண்டிய சம்பவங்களுக்கு, நகைச்சுவைகளுக்குக்கூட வீம்பாய் இறுக்கம் பாவிக்கும் மனிதர்களும் இதே உலகில் இருக்கத்தான் செய்கின்றனர். தான் கடைப்பிடிக்கும் இறுக்கம் தன் அடையாளம் மற்றும் தனக்கான அந்தஸ்து என்கிறார்கள்.

வழங்கப்படும் வாழ்க்கை இத்தனை இறுக்கம், இறுமாப்பு சுமப்பதற்கா என்ற சுய ஆய்வு அவ்வப்போது நமக்குத் தேவை. தான் பெற்ற பிள்ளைகளிடம்கூட தான் ஒரு அப்பா அல்லது அம்மா என்ற இறுக்கத்தினைக் காட்டும் பெற்றோர்களைப் பார்க்கும்போது பெரும் அயர்ச்சி வந்து சூழ்கிறது.

தன்னை குதூகலமாக வைத்துக்கொள்ளும் வாய்ப்புகளை தன்னை நேசிக்கின்றவர்கள் ஒருபோதும் தவறவிடுவதில்லை. அருகில் ஒலிக்கும் அதிரும் இசை எவரையும் தாளமிட வைக்கும். தாளத்தின் உச்சத்தை உணர்பவர்களை தன்னையறியாமல் ஆடத் தூண்டும். சூழல் மறந்து அந்த இசைக்குச் செலுத்தும் மரியாதை, தானே தன்னை நேசிப்பதற்கு சாட்சியமாக மாறுகின்றவர்கள் இசைக்கேற்ப தெறித்து ஆடத் துவங்கிவிடுகின்றனர்.

துள்ளியடங்கும் ஆட்டம் மனதிற்குள் மிகப்பெரிய ஆசுவாசம் தரும், சூழல் மறந்து ஆசுவாசப்படுத்திக்கொள்ளல் மனதிற்குள் மிகப்பெரிய துள்ளலைத் தரும்! இந்த வாழ்க்கை சர்வ நிச்சயமாய் கொண்டாட்டத்திற்கு உரியதுதான்.

கடைசியாக சூழல் மறந்து எப்போது உங்களை ஆசுவாசப்படுத்திக் கொண்டீர்கள் அல்லது மெல்ல ஆட முயற்சித்தீர்கள் என்பதை யோசித்துப் பாருங்கள்!? மனதிற்குள் சாளரம் திறக்கும்... ஒளி பாயும்... காற்றின் சுகந்தமும் கூட!

"நம் தோழி" மார்ச் - 2016

எழுத்து எனும் திறவுகோல்

எழுதத் தொடங்கிய காலம் தொட்டு இப்போது வரை இடைவிடாது உரசிக்கொண்டே இருக்கும் கேள்வி ஏன் எழுதிக் கொண்டிருக்கிறோம் என்பதுதான். ஒவ்வொரு முறையும் அப்போதிருக்கும் மனநிலைக்கு ஏற்ப பொருத்தமான பதில் கிட்டும், இல்லாவிடில் சமாதானம் கிட்டும். சில நேரங்களில் எழுத்தென்பது தாவிப்பிடித்து கழுத்தைக் கட்டிக்கொண்டு முதுகில் அமர்ந்திருக்கும் ஒரு முரட்டுக் குழந்தை போல் தோன்றும். வாழ்க்கையில் அவ்வப்போது நாம் சந்திக்கும் பிறப்புகள் முதல் இறப்புகள் வரை, வானத்திற்கு கீழுள்ள எல்லாவற்றையும் எழுத்தாகவே பார்க்கப் பழகி விட்டோமோ எனும் புகார் இல்லாமல் இல்லை.

ஒரு கட்டத்தில் பார்க்கின்ற, கேட்கின்ற அனைத்துமே சொற்கள் கோர்க்கப்பட்டு வரிவரியாக ஓடுவதை உணர்கையில் பயம் வந்து கவ்வுவதை மறுக்கவியலாது. ஆனாலும் சொல்கிறேன், எழுதிப் பழகியவர்களுக்கு, இடைவிடாது எதையேனும் எழுத வேண்டியிருக்கிறது. அது வெளிப்பார்வைக்கு வரலாம் அல்லது மனதிற்குள்ளேயே வரி வரியாக ஓடிக் கரைந்து போகலாம். ஏன் இப்படி எழுத வேண்டி வருகிறது? அல்லது எது எழுதத் தூண்டுகிறது? எனும் முக்கியமான கேள்விக்கு வெளிப்படையான பதில்கள் இல்லாவிடினும், எழுதும் ஒவ்வொருவரிடமும் இரகசியமாகவேணும் ஒரு காரணம் இருக்கும். அந்த காரணத்தின் நிர்ப்பந்தமே மீண்டும் மீண்டும் எழுதச் சொல்லி தூண்டுகிறது.

சொற்களைக் கோர்த்து வரிகளாக்கி,எவரொருவரும் எழுத்து பழகுவதற்கு சமூக வலைதளங்கள் மிகவும்

எளிதான வாய்ப்பாக இருக்கின்றன. அதன் மிகப்பெரிய பலம் உடனுக்குடன் அதற்கான எதிர்வினை கிடைத்து விடுவதுதான். சில நேரங்களில் அதுவே பலவீனம். தன் வாயிலாக எழுத்து பழகுபவர்களை சமூக வலைதளங்களில் எந்நேரமும் வதவதவென எழுதிக்கொண்டே இருப்பவர்களாக மாற்றி தன்னுடனேயே வைத்துக் கொள்ளும் ஆபத்தும் இருக்கின்றது. எழுத்து பொழுதுபோக்காக, விடுதலையாக, ஒரு ஆயுதமாக, இட்டுச் செல்லும் பாதையாக, ஒரு திறப்பாக, ஒருவித பாதுகாப்பாக என பலவிதங்களில் எழுதுபவனின் தேவைக்கேற்ப தன்னை தகவமைத்துக் கொள்கிறது.

எனக்கு எழுத்து பிடித்துப்போன காலத்திலிருந்து நான் சந்திக்கும் எவரிடமும் சொல்வது, எதையாவது எழுதுங்கள் என்பதே. ஒருவகையில் மொழி மிகப்பெரிய அளவிலான தேய்மானத்தைச் சந்தித்து வரும் இந்தக் காலகட்டத்தில், எதிர்காலத்திற்காக எழுத்தின் தேவை அளப்பரிய ஒன்று. எழுத்து வேறு, இலக்கியம் வேறு. எழுத்தின் வழி இலக்கியம் படைக்கலாம். ஆனால் எழுதும் எல்லாமே இலக்கியமாக இருக்க வேண்டுமென எழுதுவோரும், வாசிப்போரும் நினைக்கும் இடத்தில் சிக்கல்கள் எழும்போது, எழுத்து தனக்கு முற்றுப்புள்ளி வைத்துக் கொள்கிறது. எதையெல்லாம் எழுதுவது எனக் கேட்பவர்களுக்கு, நான் யோசிக்காமல் சொல்வது, "இப்போதைக்கு எதை வேண்டுமானாலும் எழுதுங்கள். எழுத்து பழகப் பழக அது உங்களிடமிருந்து, உங்களால் இயலுகின்ற தனக்கான பாதையை தீர்மானித்துக் கொள்ளும்" என்பதுதான்.

சாமானியர்கள் எழுதும் எழுத்து என்றைக்கும் நிற்கும் வகையிலான எழுத்தாக அமையுமா என்ற சந்தேகங்களும், குற்றச்சாட்டுகளும் சார்ந்த கேள்விகள் நிறைய உண்டு. வகைகளில் சேருமா என்பதை காலம் தீர்மானிக்கட்டும். அந்த எழுத்தின் தேவை என்ன என்பதை எழுதுவோரும், வாசிப்போரும் முதலில் தீர்மானிக்கட்டும். காலம் மனிதனின் சிந்தனையில் வடிவத்தை, தீர்க்கத்தை, முதிர்வை, நிதானத்தை, காரண காரியங்களை அவ்வப்போது சீராக்கிக் கொண்டேயிருக்கின்றது. எதனினும் ஆகப்பெரிய ஆசான் காலம். அதுவே எழுத்திலும் மெல்ல மெல்ல மாற்றங்களை நிகழ்த்துகிறது. அது கோரும் மாற்றங்களுக்கு இசைவான எழுத்துக்களை காலம் என்றளவும் தன்னுடன் நிறுத்திக் கொள்கிறது.

ஏதோ ஒன்றில் அடைபடும் தருணங்களிலெல்லாம், என்னளவில் எழுத்து என்பது விடுதலையளிக்கும் ஒரு சக்தி. மிகக் கடினமான

பல தருணங்களை எழுத்தின் துணைகொண்டே கடந்து வருகிறேன். தன் சிக்கல்களை, வலிகளைப் பகிர்ந்து கொள்ளும் பலருக்கு, அதேபோல் நான் என் சிக்கல்கள், வலிகளைப் பகிர்ந்து கொள்வதில்லை எனும் ஆச்சரியமும் புகாரும் எழுவதைக் கவனித்திருக்கிறேன். வெளிப்படுத்தாமல் விழுங்குகிறேனா அல்லது மறைக்கிறேனா எனும் கேள்வி எனக்குமே தோன்றுவதுமுண்டு. ஆனாலும் உண்மையைச் சொல்ல வேண்டுமென்றால், அறிந்தோ அறியாமலோ பற்பல வலிகளையும், சிக்கல்களையும், நேரடியாகவோ, பூடகமாகவோ எழுத்திலேயேதான் கரைத்து வந்திருக்கிறேன். நீங்காத நினைவுகளை எழுத்தின் துணை கொண்டே கரைக்கிறேன். திரும்பிப் பார்க்கும்போது எழுத்தின் வழி கரைத்த நினைவுகளும், காயம் ஆற்றிக்கொண்ட சூழல்களும் அவ்வளவு எளிதில் எண்ணிக்கையில் அடக்கிவிட முடியாதவை.

மூன்றாண்டுகளுக்கு முன்பு, கடினமான ஒரு தினத்தின் பின்மதியப் பொழுதில் எழுதிய "வாழ்க்கையிலுள்ள புதிர்களின் முடிச்சவிழும் தருணம் பயம் நிரம்பியது" எனும் வரி நினைவில் மீள்கிறது. மீண்டும் அந்தக் கணத்திற்கு ஓடி நிற்கிறேன். முறையாக அதை எழுதிய சூழல் மற்றும் அதன் பின்னான காலத்தை குறைந்தபட்சம் ஒரு நீள் கட்டுரையாகவோ, அதிகபட்சம் ஒரு சிறுகதையாகவோ மாற்றியிருக்கலாம். பொதுவாக நாம் ஒரு கோணத்தில் எழுதுவதை, வாசிக்கும் ஒவ்வொருவரும் தனக்கேற்ற கோணத்தில் புரிந்து கொள்ள அனுமதியுண்டு. அதுதான் அந்த எழுத்தை மற்றவர்கள் நேசிக்கத் தூண்டுகிறது.

மருத்துவமனை ஒன்றில் நெருங்கிய ஒருவரின் மிரட்டல்கள் நிறைந்த அறிக்கை ஒன்றின் முடிவை அறிந்துகொள்ள மருத்துவரின் அறைக்குள் நுழையக் காத்திருந்த தருணத்தில்தான் அந்த வரிகளை எழுதியிருந்தேன். கசகசக்கும் கூட்டத்தினிடையே ஏராளமான கேள்விகளை வைத்துக்கொண்டு காலையிலிருந்து காத்திருந்த துவண்ட மனநிலை உடனிருந்தது. அப்போது சுமந்திருந்த கேள்விகள் அத்தனையும் புதிர்கள்தான். மருத்துவ முடிவு என்னவாக வரும் எனும் புதிர்கள் பூதாகரமான அச்சுறுத்தலாக இருந்த சூழல். சோதனையின் முடிவு "இப்படியாக" இருந்தால் ஒன்றுமில்லை, ஆனால் "அப்படியாக" இருந்தால் என்ற பயம் மெல்ல மெல்ல நிரம்பத் தொடங்கியிருந்தது. உடனிருந்தவர்களிடம் உடைத்துப் பேச முடியாத சூன்ய மிகு மௌனம் மட்டுமே என் கையில் இருந்தது.

சுமந்து சுமந்து கனத்திருந்த அந்த அழுத்தத்தை என்ன செய்வதென்று தெரியவில்லை. யாரையும் அழைத்து விளக்கி

மனதைத் தளர்த்தும் மனநிலையும் வாய்க்கவில்லை. அதற்கான முக்கியமான காரணம், அப்படி அழைத்துப் பேசுகையில், அதையொட்டி கேட்கப்படும் துணைக் கேள்விகளுக்கு பதில்கள் யோசிக்கும் பொறுமையும், வலுவும் இல்லை. கனத்துக் கனத்துக் குழைந்து போகச் செய்யும் அந்த அழுத்தத்தை வெளியேற்ற வழியே தெரியாமல் குமைந்திருந்த நேரத்தில்தான் புதிர்களின் முடிச்சவிழும் தருணம் அச்சம் மிகுந்தது எனும் வரியில் என்னை நான் எழுதி அக்கணத் தவிப்பைத் தணித்துக் கொண்டேன்.

இந்த ஒற்றை உதாரணம் அனைவருக்கும் பொதுவானதாக இருந்துவிட முடியாது. ஆனாலும்கூட எழுதத் தெரிந்த அனைவரையும் எழுதுங்கள் என்று சொல்வதற்கு காரணங்கள் உண்டு. இங்கே ஒவ்வொருவரின் வாழ்க்கையும், அனுபவங்களும் உணர்வுகளும், நிலைகளும் தனித்த வடிவம் கொண்டது. அவை மற்றவர்களுடையது போன்றுத் தோன்றலாம், அவ்வளவுதான். அந்த அனுபவங்களை, உணர்வுகளைப் பகிர்ந்துகொள்ள என்னளவில் எழுத்து ஒரு களம். அதைச் சரியாகப் பயன்படுத்த முனைதல் மட்டுமே அவசியம். ஒருவேளை சரியாகப் பயன்படுத்தத் தெரியாமல் போனாலும் கூட தவறில்லை. தெரிந்தே தவறாகப் பயன்படுத்துதல்தான் குற்றமாக மாறிப்போகும்.

மேற்கொள்ள வேண்டிய உறுதி, உணர்வுகளை சரியான வழியில் மடை மாற்றுதல், உணர்த்த வேண்டியதை நயமாக உணர்த்தல், உதவிகளைக் கோருதல், வாய்ப்புகளை உருவாக்குதல், கடினமான சூழல்களை இலகுவாக்குதல், அன்பைப் பகிர்தல், ஆதரவாய் கரம் பற்றுதல் என சில விரும்பத்தகாத நிலைகளிலிருந்து ஆரோக்கியமான நிலைக்கு மாறுவதற்கு உட்பட பலவற்றிற்கும் எழுத்தைப் பயன்படுத்தலாம். இதிலிருக்கும் ஒரே ஆபத்து, வெளிப்படுத்த வேண்டியதை அதன் தன்மையிலிருந்து வேறு தன்மைக்கு மாற்ற முயலும்போது, அது தன் கூறுகளை முற்றிலும் சிதைத்து கூர்மையற்றுப் போவதுதான். உதாரணத்திற்கு நியாயமான கோபங்களைக்கூட அதே அடர்த்தியோடு வெளிப்படுத்தாமல், பகடியாய் மாற்றி வெளிப்படுத்தும்போது, அந்த இடத்தில் ஆற்றியிருக்க வேண்டிய எதிர்வினை மழுங்கிப்போகும் ஆபத்துதான்.

பதட்டத்தைக் குறைக்க, சூழலை எதிர்கொள்ள, வாதைகளிலிருந்து விடுபட சிலருக்கு சிகரெட் தேவைப்படலாம், சிலருக்கு மூச்சுப் பயிற்சி தேவைப்படலாம், சிலருக்குத் தண்ணீர் தேவைப்படலாம். எனக்கு பல நேரங்களில் அது எழுத்தாக வாய்த்து என்னை மீட்டிருக்கிறது.

விடுபடுதலும் விடைபெறுதலும்

கருவாய்ப் பிணைந்து, உயிராய்த் துளிர்த்து உருவமொன்றை அடைந்து பிறப்பாய் உலகிற்கு வந்த கணம் முதல், 'வாழ்க்கை' எனக் கணக்கிடுகிறோம். கருவறையிலிருந்து விடுபட்டதிலிருந்து மரணம் எனும் உண்மைக்குள் கரைந்துபோகும் வரையிலிருக்கும் இடைப்பட்ட காலத்தை வாழ்ந்து கழிக்கிறோம் எனக் கொள்ளலாம். இன்னும் எளிதாகச் சொல்ல வேண்டுமெனில் கருவறைக்குள்ளிருந்து விடுதலை பெற்று, கல்லறைக்குள் அகப்படும் வரையிலான காலம்தானே வாழ்க்கை.

வாழ்க்கை என்பது எதிலும் அகப்படாமல் விடுபட்டிருப்பதாகத்தானே இருக்க வேண்டும்?. அப்படி அகப்படாமல் நம்மால் வாழ்ந்துவிட முடிகின்றதா? வாழ்க்கையின் ஒவ்வொரு தருணத்திலும் ஏதோ ஒன்று பீடித்துக் கொள்கிறது. தனக்குள் விழுங்குகிறது அல்லது சிறைப்படுத்தும் பொருட்டு, எதற்குள்ளேனும் அகப்பட்டுக் கொள்கிறோம். அகப்பட்டிருப்பதில் இருக்கும் மிகப்பெரிய சிக்கல் நாம் அதற்குள் அகப்பட்டிருக்கிறோம் என்பதே அறியாமல் இருப்பதுதான். அகப்படல் அல்லது ஒன்றினுள் அடைக்கப்படுதல் வாழ்க்கையில், தவிர்க்க முடியாததாக இருந்தாலும், அது அவசியமான ஒன்றா?

இந்த அகப்படல் என்பது வெகு அரிதாக ஒருவித மகிழ்ச்சியை, பாதுகாப்பை, வசதியைத் தரலாம்; அல்லது தருவது போன்ற தோற்றத்தை ஏற்படுத்தலாம். மற்றபடி அகப்படல் என்பது நம்மை ஒரு எல்லைக்குள் நிறுத்துகிறது. ஒன்றிற்குள்ளே

அடக்கி அலுப்பூட்டுகிறது. அவசியமான, விரும்பிய கதவுகளைத் திறக்கவிடாமல் தடுக்கிறது. அதற்காகவேணும் அகப்பட்டிருத்தல் குறித்து சிந்திப்பதும், பேசுவதும் அவசியமாகின்றது. பேசுவதின் முக்கிய நோக்கமே, அதிலிருந்து விடுபடுதல்தான். விடுபட விரும்பினாலும், விடுபடுதல் என்பது எளிதான ஒன்றாகவும் இருப்பதில்லை.

அவன் பெயர் ஜேக். ஒரு விடியலில் தனக்கு ஐந்து வயதாகிறது என்பதை அம்மாவிடம் அறிவிக்கிறான். அவனுடைய தாயும்கூட அந்த ஐந்து வயதிற்காகத்தான் காத்திருந்தாள் என்பது பின்னர் தெரிய வருகிறது. அவர்கள் இருவரும் ஒரு அறைக்குள் வசிக்கிறார்கள். வசிக்கிறார்கள் என்றாலும், ஒரு அறைக்குள் அடைத்து வைக்கப்பட்டிருக்கிறார்கள் என்பதுதான் சுடும் உண்மை. அந்த ஐந்து வயது என்பதை கொண்டாட்டமாய் வரவேற்க கேக் தயாரிக்கிறார்கள். கேக் மேல் ஊதி அணைக்க மெழுகுவர்த்தி இல்லையென ஜேக் கோபப்படுகிறான்.

ஜேக்கின் அம்மா பதினேழு வயதுப் பெண்ணாக இருக்கும்போது, ஒரு தோட்டத்தின் நடுவே இருக்கும், வெளியில் ஓசை கேட்காத தனித்த அறைக்குள் அடைக்கப்படுகிறாள். இப்போது இருபத்தி நான்கு வயதாகிறது. அந்த அறைக்குள்ளேயே அவளுக்கு ஜேக் பிறந்து ஐந்து ஆண்டுகள் ஆகின்றன.

பிறந்தது முதல் அந்த ஒற்றை அறைக்குள் மட்டுமே வசிக்கிறான் ஜேக். அவனுக்கு அதுதான் மொத்த உலகம். காலையில் எழுந்ததும் அறையில் இருக்கும் பொருட்களுக்கு குட் மார்னிங் சொல்கிறான். அம்மாவோடு பேசுகிறான், பல் தேய்க்கிறான், குளிக்கிறான். ஒரு சுவரிலிருந்து மறு சுவர் வரை ஓடி விளையாடுகிறான்.

அறையில் மின்சார வசதி உண்டு. ஒரு பகுதி சமையலுக்கும், குளிக்கவும் என ஒதுக்கப்பட்டிருக்கிறது. இரகசிய எண்களால் பூட்டப்பட்டிருக்கும் அறையின் கதவுகளைத் திறந்து இரவுகளில் வருகின்றவன் காலையில் திரும்பிச் செல்கிறான். அவர்கள் இருவருக்கும் தேவையானதை அவன் கொண்டு வந்து தருகிறான், விடுதலையைத் தவிர!. ஒருவகையில் அவனுக்கு அது ஒரு குடும்பம்தான். அவளுக்கு எவ்வகையிலும் அது குடும்பம் அல்ல.

அம்மாவுக்கு சிறையாய் இருக்கும் அந்த அறை தான் ஜேக்குக்கு உலகம். அதில் அம்மாவைத் தெரியும். இரவுகளில் வந்து போகும் அந்த மனிதனை நிழலாகத் தெரியும். அறையில் இருக்கும் தொலைக்காட்சியில் வரும் 'டிவி மனிதர்களை'த் தெரியும். அவ்வளவுதான்.

அவனுக்கு நான்கு பக்கமும் சுவர்களும், தரையும், கூரையிலிருக்கு கண்ணாடிச் சதுரமும்தான் உலகம். உண்மையில் உலகம் என்ற ஒன்றையே அவனுக்குத் தெரியாது. கூரையில் பொறுத்தப்பட்டிருக்கும் கண்ணாடி வழியே வரும் வெளிச்சம் மட்டுமே அவனுக்கும் உலகத்துக்குமான தொடர்பு. அதில் சதுர வடிவமாய் வானம் தெரியும். ஒருநாள் அந்தக் கண்ணாடி மீது ஒரு பழுத்த இலையொன்று விழுகின்றது. அம்மாவிடம் அது என்னவெனக் கேட்க "இலை" என்கிறாள். டிவியில் கண்டிருப்பதை வைத்து "இலையென்பது பச்சைதானே!?" எனக் கேட்கிறான்.

தாங்கள் அறை ஒன்றிற்குள் அடைபட்டிருப்பதை ஜேக்கிடம் அம்மா சொல்கிறாள். தப்பிக்க முயன்று தோற்றதை, தப்பிக்க வாய்ப்பே இல்லாததைச் சொல்கிறாள். அறைக்குள்ளேயே வாழ்ந்து பழக்கப்பட்ட ஜேக்கிற்கு 'ஏன் தப்பிக்க வேண்டும்' எனப் புரியவில்லை. அறைக்கு வெளியே இருக்கும் உலகம் குறித்துப் பேசுகிறாள். அறை தவிர்த்து வேறு ஒரு உலகம் என்றால் என்னவென்று கேள்வி வருகின்றது. கூடவே அவனுக்கு மனிதர்கள் என்றால், வீடு என்றால் எனும் கேள்விகள் அடுத்தடுத்து வருகின்றன. சுவருக்கு அப்பால் வேறு ஒரு உலகம் இருக்கிறது என்பதை அவன் அம்மா புரியவைக்க முயல்வதும், அவன் புரிந்துகொள்ள முனைவதும் அற்புதமான ஒரு தருணம். மொத்தத்தில் அந்த சுவர்களுக்கு இன்னொரு புறம் இருக்கிறதெனும் அவசியமான புரிதல்தான், விடுபடுதலுக்கான முதற்காரணியாக இருக்க முடியும்.

ஜேக்கின் அம்மா அந்த ஏழு ஆண்டுகளில் தப்பிக்க முயற்சித்து தோற்றிருந்தாலும், தப்பிக்க வாய்ப்பில்லாத நிதர்சனத்தை உணர்ந்திருந்தாலும்கூட காத்திருந்தாள். காத்திருத்தலும் உழைப்பின், செயல்பாட்டின் ஆகச்சிறந்த ஒரு வடிவம்தான். தோற்றாலும், வாய்ப்புகளற்றிருந்தாலும் தப்பிக்க வேண்டும் என்பதில் உறுதியாக இருந்தாள். ஐந்து ஆண்டுகள் காத்திருந்து ஜேக்கை கருவியாக மாற்றிடத் திட்டமிடுகிறாள். வேறு ஒரு உலகம் என்னவென்பதை அறியாத ஜேக், அந்த தப்பித்தலுக்கான முயற்சி குறித்துப் பயம் கொள்கிறான். ஆறு வயதான பிறகு முயற்சிக்கலாமே என்று தள்ளிப்போட முயல்கிறான், ஐந்து வயதானதே போதும் என்று அம்மா சொல்ல நான்கு வயதுக்குப் போய்விடுகிறேன் என்று கூறி தப்பிக்கப் பார்க்கிறான். தனக்குப் பிடிக்காவிட்டால் தள்ளிப்போடலும் தப்பிக்க முனைதலும் மனிதர்களின் பதில்களாக இருப்பதுதானே உண்மை.

ஒரு வகையில் ஜேக் 'உலகம்' என்ற ஒன்றை அறிந்திருக்காததால், உலகம் குறித்து எந்தத் தேடலும் கனவும் ஆசையும்

கொண்டிருக்கவில்லை. ஆனால் பதினேழு வயதில் அகப்பட்டுக் கொண்ட அவன் அம்மாவிற்கு உலகத்துக்கு திரும்பும் ஆசை இருக்கின்றது. சூழலின் பொருட்டு அகப்பட்டுக்கொண்டாலும், அகப்பட்டதை அறிந்து கொண்டால் மட்டுமே அதிலிருந்து வெளியேறும் சாத்தியம் கைகூடும். ஒருவேளை அகப்பட்டுக் கொண்டதிற்குள்ளேயே ஆழ்ந்து மூழ்கிப்போய் ஜேக் போன்ற ஒரு நிலைக்கு நாம் மாறிவிட்டால், விடுபடுதல் குறித்த ஆசையோ கனவோ அற்றுப்போகும் சாத்தியமுண்டு. அப்போது தெரிய வேண்டியது அகப்பட்டிருப்பது மட்டுமே உலகம் அல்ல என்பதுதான். அகப்பட்டிருக்கும் இடம், செயல், நிலை ஆகியவற்றைச் சுற்றியிருக்கும் சுவர்களுக்கு மறுபக்கம் இருக்கிறதென்பதை அறிந்து கொள்ளும் வரை அகப்பட்டிருப்பதற்குள் இருந்து வெளியேறும் சாத்தியங்கள் இல்லவே இல்லை.

அகப்பட்டிரு ்பதிலிருந்து வெளியேறும் தருணங்களில், இருக்கும் சூழலே பிடித்தோ, பீடித்தோ போயிருந்தால், ஜேக் போலவே அடுத்த ஆண்டு முயற்சிக்கலாம் அல்லது கடந்த ஆண்டுக்குள் ஓடிப்போய் தன் பலத்திலிருந்து சுருங்கி குமைந்து தன்னை கூட்டிற்குள் அடைத்துக்கொள்கிறேன் என தேய்ந்து போகலாம்.

ஜேக்கிற்கு புரிந்தாலும் புரியாவிட்டாலும் சுவற்றுக்கப்பால் இருக்கும் உலகம் குறித்து ஒரு பிம்பத்தை உருவாக்குகிறாள். அதேசமயம் மிகப்பெரிதாக சிந்திக்க அவகாசம் தராமல் அவனை, செயல்பட தயார்படுத்துகிறாள். அந்தத் திட்டமிடலில் அவன் அதுவரை செய்திடாத செயல்களை செய்ய ஆயத்தப்படுத்துகிறாள். அந்த ஆயத்தங்கள் அவனை அச்சுறுத்துகின்றன. வலி ஏற்படுத்துகின்றது. அறிந்த ஒரே மனித உறவான தான் மிகவும் நேசிக்கும் அம்மாவை “ஐ ஹேட் யூ” என ஓங்கிய குரலில் கத்துகிறான்.

அவன் அதுவரை ‘மனிதர்கள்’ என்றே அறிந்திடாத மனிதர்களிடம் உதவி கோருவதைப் பயிற்றுவிக்கிறாள். அவன் சந்திக்கும் எவரிடமாவது உதவி கோரச்சொல்கிறாள். அந்த ‘எவர்’ யார் எனும் கேள்விக்கு வெளியில் நீ சந்திக்கும் முதல் மனிதர் என்று விடை தருகிறாள். அவள் விரும்பியவண்ணமே ஜேக் அந்த அறையைவிட்டு வெளியேறுகிறான்.

2016ம் வருடம் சிறந்த நடிகையாக ‘ப்ரி லார்சன்’ ஆஸ்கர் விருது பெற்ற “ரூம்” ஆங்கிலத் திரைப்படத்தின் ஒரு பகுதி கதைக் இது. இந்தக் கதையில் அகப்பட்டிருத்தல் என்பது ஒரு அறை மற்றும் அம்மா, மகன். ஆனால் நம் ஒவ்வொருவருக்கும் ஒவ்வொரு மாதிரியான அகப்படல்கள் இருக்கின்றன. வியாபாரம், அரசியல்,

போதைப் பொருட்கள், சமூகவலைதளங்கள், சாதி, கோபம், தாழ்வு மனப்பான்மை, பொறாமை, பொய், விளையாட்டு, காமம், பணம், சூதாட்டம், இன்னபிற என நம்மை தனக்குள் பிடித்து வைத்துக்கொள்ள ஏராளமானவை இருக்கின்றன.

அகப்படுதலென்பது பிடிக்கப்படுதல், அடைக்கப்படுதல், ஈர்க்கப்படுதல், பலியாதல் எனப் பல வகைப்படும். அது விரும்பியோ, விதி வசமென்றோ, விதிகளுக்கு உட்படுத்தப்பட்டோ, அடிமையாகியோ, அடிமையாக்கப்பட்டோ கணப்பொழுதில் நிகழ்ந்தேறி விடலாம். ஆனால் அந்த விடுதலையென்பது ஒரு வாழ்நாளின் கனவு, உழைப்பு, திட்டமிடல். இன்னும் சொல்லப்போனால் அது தன்னால் முடியாமல் இன்னொருவர் செய்யும் தியாகத்தால், தாங்கும் வலியாலும் கிட்டுவதாகக்கூட இருக்கலாம்.

எந்த அகப்படலுக்கும் ஒரு விடுதலையுண்டு. விடுதலை விடுதலையாகவே கிட்டுவதும், விபரீதங்களை உருவாக்குவதும் காத்திருப்பில், திட்டமிடலில், உழைப்பில், உறுதியில், கனவில் இருக்கின்றது. காத்திருத்தல் அர்த்தம் பொதிந்ததாகவும், திட்டமிடல் கூர்மையாகவும், உழைப்பு உண்மையானதாகவும், உறுதி அடர்த்தியானதாகவும், கனவு விருப்பத்திற்குரியதாகவும் இருத்தலில் ஒன்றைச் சார்ந்து மற்றொன்று பலம் பெறும்.

இதில் மிக முக்கியமானது இந்த விடுபடலுக்கு பிந்தைய காலம். இங்கும்கூட உலகத்திற்குள் முதன்முறையாக காலடி வைத்திருக்கும் ஜேக்கிற்கு பரந்த உலகத்திற்குள் ஒரு அறை எனும் உலகில் இருந்ததைவிட நோய் தாக்கும் வாய்ப்பு அதிகம் இருக்கிறது என்கிறார்கள். கடலைப் பார்க்கிறான், வானத்தை, உலகின் வேகத்தை, கட்டிடங்களின் உயரத்தை என்று கண்டாலும் அந்த அறையைவிட்டு அவன் மனதால் வெளியில் வரவில்லை. அவன் அம்மா பாதிக்கப்படவும் செய்கிறாள்.

ஒரு கட்டத்தில் அறைக்குத் திரும்புகிறான். காலை வணக்கம் பகிரும் பொருட்களில் வழக்கு சாட்சியங்களுக்காக எடுக்கப்பட்ட பொருட்கள் போக எஞ்சியிருக்கும் பொருட்களிடம் தனித்தனியே விடைபெறுகிறான். வெளியேறுகையில் அம்மாவிடம் "மா, ஸே பை பை டூ ரூம்" என அறையிடம் விடைகூறப் பணிக்கிறான்.

தமக்கு வேண்டாத, ஒவ்வாத ஒன்றிலிருந்து விடுபடுதல், விடைபெறுதல் மிகவும் தேவையானது. அது முடியும்!

"நம் தோழி" ஏப்ரல் - 2016

வேடிக்கைகள் சூழ்ந்திருந்த காலம்

மனித சமூகம் கண்டுபிடித்த மிக எளிய, அழகிய பொழுதுபோக்கு வேடிக்கை பார்த்தலாகத்தான் இருக்க வேண்டும். முன்பின் காணாததைக் கண்டாலும் சரி, ஏற்கனவே கண்டதையே மீண்டும் காண நேரிட்டாலும் சரி, அதனைச் சுவாரஸ்யமாய் ரசிப்பதென்பது ஒரு வரம். காலம் காலமாய் நிகழாத ஒன்று நம்மிடையே நிகழும்போது, அதை ஆச்சரியமாய் வேடிக்கை பார்த்தலென்பது தவிர்க்கவியலாதது.

வேடிக்கை பார்த்தலின் பொற்காலம் என்றால், அது என் பால்யம் தொடங்கி சுமார் பதினைந்து ஆண்டுகள் வரை எனச் சொல்லலாம். அன்றைக்கு வீட்டிலும், பள்ளியிலும் வழமையாய் நிகழும் காரியம் தவிர்த்த எல்லாமே வேடிக்கைதான்.

கிராமத்தில் இருக்கும் வரை வேடிக்கை பார்த்தல் எப்போதும் சலிப்பூட்டாத ஒன்று. வாய்க்காலில் பாசனத்திற்காகத் திறந்து விடப்படும் தண்ணீர் துவங்கி, இரவுகளில் வாய்க்கால் கரைகளில் குழாய் போட்டு தண்ணீர் திருடுவதைத் தடுக்க, ஆய்வு செய்ய வரும் பொதுப்பணித் துறை ஜீப் வெளிச்சத்தைக் கண்டு, அவசரமாய்க் குழாயை இழுத்துக்கொண்டு வயற்காட்டில் பயிர்களுக்கு இடையே ஓடி ஒளிவது வரை எல்லாமே வெளியிலிருந்து பார்க்கையில் வேடிக்கைதான்.

கிராமங்களில் சினிமா போஸ்டர் ஒட்டும் நிகழ்வுகூட தனித்துவமானது. போஸ்டர் ஒட்ட வரும் ஆட்களிடம் தனித்த ஒரு கர்வம் இருக்கும்.

இத்தனைக்கும் போஸ்டர் ஒட்டப்படும் படங்கள் ஒன்றும் அப்போது வெளியாகும் படங்களும் அன்று. எப்போதோ வெளியாகி ஒவ்வொரு படிநிலைகளாய் இறங்கி, படச்சுருள் தேய்ந்து போயிருக்கும் நிலையில், கிராமப்புற திரையரங்கை எட்டியிருக்கும். போஸ்டர் ஒட்ட வேண்டிய இடத்திற்கு அவர் வந்து சைக்கிள் நிறுத்தியதுமே, "ட்டேய்... படம் மாத்றாங்டா..." என திக்கெட்டிலுமிருந்து கூடுவோம். முன் பக்கம் மாட்டியிருக்கும் பசையை அள்ளி ஏற்கனவே இருந்த போஸ்டர் மேல் தடவி முடிக்கும் வரை "என்ன படம்... என்ன படம்...!?" என நச்சரிப்போம். எதுவும் பேசாமல் இறுக்கமான முகத்தோடு பசையைப் பூசிவிட்டு, சிக்கிள் பின்பக்கம் இருக்கும் மடித்த போஸ்டரை எடுத்து அருகாமைச் சுவற்றின் மேல் வைத்து பின்பக்கம் பசை தடவுவார். ஒருவழியாக அதைத் திருப்பி ஏற்கனவே பசை தேய்த்த இடத்தில் ஒட்டுவார். பல நேரங்களில் அது மேல் பாதி அல்லது கீழ் பாதி போஸ்டராகத்தான் இருக்கும், மீதிப் பாதி போஸ்டரும் ஒட்டி முடிக்கும் வரை இருக்கும், 'அது என்ன படமாக இருக்கும்' எனும் பரபரப்பு வார்த்தைகளுக்குள் அடங்காதது.

பகலில் பூம்பூம் மாட்டோடு குறிசொல்ல வந்து அரிசியோ, நெல்லோ வாங்கிப்போகம் குடுகுடுப்பைக்காரரை எளிதில் கையாண்டுவிடும் நாங்கள், இரவுகளில் குடுகுடுப்பை ஒலியோடு வரும் சாமக்கோடங்கியை கதவிடுக்கு வழியாக பயந்துகொண்டே ரகசியமாகத்தான் அணுகுவோம். அந்த பயம் தோய்ந்த வேடிக்கைகளை அவ்வளவு எளிதில் மறந்துவிட முடியாது. சுடுகாட்டிலிருந்து நேராக வருவதாக சாமக்கோடங்கிகள் குறித்துச் சொல்லப்படும் கதைகளும் திகில் நிறைந்தவையாகவே இருக்கும். இரவுகளில் அவர் சொல்லும் குறிகளுக்காக, பெரியவர்கள் காதுகளைத் தீட்டி வைத்துக் காத்திருக்க, இருளில் நாங்கள் கண்களைத் தீட்டிக் காத்திருப்போம்.

எங்கிருந்தோ மூட்டை முடிச்சுகளோடு கணவன்–மனைவியாய் சைக்கிளில் வந்திறங்கி, மாரியம்மன் கோவில் வாசலில் தொழிலை ஆரம்பிக்கும் ஈயம் பூசுபவர்களும் மிகுந்த சுவாரசியம் கொண்டவர்களே! மரத்தின் நிழலைத் தேர்ந்தெடுத்து, ஓரமாய் கொஞ்சம் குழி தோண்டி அடுப்பு அமைத்து, அதில் துருத்தியைப் பொருத்தி, கரி போட்டு நெருப்பு மூட்டி துருத்தியால் இயக்கி ஈயம் பூசுபவர்கள் காட்டும் வேடிக்கையும் அலாதியானதுதான். தீய்ந்து எரியும் கரியின் வாசனையும், அந்த அனலும், உருகிய ஈயத்தை பாத்திரத்தில் பூசும் லாகவமும் பிரமிக்கச் செய்யும். அவர்கள் எல்லாம் முடித்துவிட்டு மூட்டை முடிச்சுகளைக் கட்டும் வரை சோறு தண்ணியின்றி அங்கேயே தவம் கிடப்போம்.

ஐஸ்காரர்களுக்கென்று சில யுக்திகள் இருக்கும். எங்கெல்லாம் அந்த “ப்பூம்ம்ந்ந்த்” ஒலிப்பானை ஒலிக்க வேண்டும் எனும் வித்தை தெரியும். காடு கரையெல்லாம் கடந்து வரும் அந்த சைக்கிளின் முன்பக்கம் ஒரு சாக்குப்பை இருக்கும். பழைய இரும்புக்கு ஐஸ் கொடுக்கும் காலம் அது. விவசாயக் குடும்பத்துப் பிள்ளைகளின் ஐஸ் ஆசைக்கு, கட்டை மாட்டு வண்டியின் கடையாணி வரை களவு போன விவகாரங்களும் உண்டு. அப்படியான முக்கியமான பொருட்கள் ஐஸ் வண்டிக்காரரிடம் போகும்போது, அதனருமை தெரிந்தும், அதனால் ஏற்படும் பிரச்சனைகள் புரிந்தும், அவரே வீடு தேடி வந்து கொடுத்து சிக்கல் உண்டாக்கிய கதைகளும் நடந்ததுண்டு. ஐஸ்பெட்டிக்குள் அவர் கை விட்டு எடுக்கும்போது வரும் ஐஸ், நிறத்தையொட்டி எனக்கு, உனக்கு என அடிதடியே நடப்பதுமுண்டு.

ஊருக்குள் இல்லாமல் வயல் வெளிகளுக்குள் முடங்கிப் போகின்றவர்களுக்கு பெரிதாய் எதும் வேடிக்கை பார்க்கக் கிட்டிவிடாது. அதனால் உழுவதும், விதைப்பதும், களையெடுப்பும், அறுவடையும்கூட வேடிக்கைகள்தான். கிணறு வெட்டுவதும், ஆழ்துளைக் கிணறு துளையிடுவதும் சொல்லொணா வேடிக்கைகள். இதில் பரிதாபமான ஒரு காரியத்தை வேடிக்கை பார்க்கும் வாய்ப்பு அமையும். சேற்று வயலென்பதே ஒரு ஆகச்சிறந்த விளையாடற்களம்தான். சேற்று வயலில் உழும் டிராக்டர் இன்னும் இதம். கரும்பு ஆலைகளுக்கோ, மஞ்சள் வேக வைக்கவோ அடுப்புக் குழி தோண்டப்பட்டிருக்கும் நிலத்தில் நெல் நடவு செய்ய சேற்று உழவு நடக்கும். அந்த நிலத்தில் தெரியாத்தனமாய் எப்போதாவது சிக்கிக்கொள்ளும் டிராக்டர்கள் மீள்வது எளிதல்ல. புதைகுழியில் சிக்கிய ஒரு யானையை ஒத்த ஒரு ஓலத்தோடு ட்ராக்டர் போராடும். சக்கரத்தின் அடியில் பெரிய கற்களைப் போட்டு, மரக்கட்டைகளைப் போட்டு எனப் பிரயத்தனங்கள் நிகழும். அது முடியாமல் தூரத்தில் கடப்பாரையை முன்னோக்கி சாய்வாக ஊன்றி கயிறு கட்டி, அதை சக்கரத்தில் சுற்றி, இறுக்கி அதன் வழியே மீட்கும் முயற்சிகளில் கயிறு பல நேரங்களில் தெறித்துப்போகும். அந்தமுயற்சி பெரும்பாலும் தோற்றும் போகும். அங்கு வரும் ஒவ்வொருவரும் புதிய புதிய யோசனைகளை வழங்குவார்கள். அதை ஒவ்வொன்றாய்ச் செயல்படுத்தி சிக்கல்கள் மேலும் சேர்ந்து போகும். இறுதியாய் வேறு வழியின்றி, மற்றொரு ட்ராக்டர் அழைத்து வரப்பட்டு அத்தோடு கயிறு இணைத்துக் கட்டி இழுக்கும் பெரும் போராட்டம் துவங்கும். மீட்கப்படும் வரைக்கும் அதுவொரு தவிர்க்கவியலாத வேடிக்கைதான்.

கரும்பு ஏற்றிச் செல்லும் லாரி, ட்ராக்டர்களின் சக்கரங்கள் சாலைகளில் புதைந்து சிக்கிக் கொள்வது, பொது ஆழ்துளைக் குழாய் கிணறு அமைப்பது, மாட்டிற்கு லாடம் கட்டுவது, எருமை கன்று ஈனுவது, எப்போதாவது நிகழும் வாய்க்கால்–வரப்பு சண்டைகள், லோன் கட்டாதவர்கள் வீட்டுக்கு வரும் வங்கியின் வெள்ளைக் கார், அவ்வப்போது நடக்கும் ஊர் நியாயம் (பஞ்சாயத்து) என மனிதர்களையொட்டிய வேடிக்கைகள்தான் அப்போதைய பொழுதுபோக்கு.

ஊருக்கு ஒரேயொரு தொலைக்காட்சிப் பெட்டி மட்டும் இருந்த – அதிலும்கூட ஒரே ஒரு தமிழ் ஒளிபரப்புதான் வரும் அந்தக் காலத்தில், பார்வையில் சிக்கியதில் எல்லாம் ஒரு வேடிக்கை இருந்தது. காலம் எல்லாவற்றையும் புரட்டிப் போட்டிருக்கிறது. வீட்டுக்கு வீடு தொலைக்காட்சிகள் வந்தபிறகு, ஜன்னல்கள் வழியே பார்க்க எந்த விழிகளுக்கும் மனமில்லை. சேனல்கள் பெருகி வந்து நம்மை ஆக்கிரமித்த பிறகு, எல்லாவற்றையும் தொலைக்காட்சிக்குள்ளேயே தேடவேண்டி வந்துவிட்டது. இதுவரை ஜன்னல்கள் வழியே பார்த்த உலகம் வீதிகளாகவும் அக்கம்பக்கமாகவும் இருந்தது. தொலைக்காட்சி மூலம் உலகின் எட்டாத மூலைகளையும் காணத் துவங்கிய பிறகு, ஜன்னல் வழியே வேடிக்கை பார்க்கும் வழக்கமே முற்றிலும் அழிந்து விட்டது.

எல்லா வேடிக்கைகளிலும் ஏதோ ஒரு கொண்டாட்டத்தை உணர்ந்தோம், கற்றுக்கொண்டோம், உணர்வுகளைத் தட்டியெழுப்பினோம், மகிழ்ச்சியை உணர்ந்தோம், அதனோடு பயணித்தோம் எனப் பல கூறுகள் உண்டு. மழையைக் கூட ரசிக்கும் மனப்பாங்கு மறைந்துபோய் எதையும் படமாகவும், காணொளியாகவுமே பார்க்கும் மனநிலை வாய்த்தவர்களாகிப் போனதில் காலத்தின் பங்கும், நம் மனதின் பங்கும் சம அளவிலானது. மலை முகடு, அடர் வனம், நீலக் கடல், நெடும்பாதை என எல்லாமே இணையத்தில் தத்ரூபக் காட்சிகளாய் வர, அதில் மூழ்கி, அவையே விளையாட்டின், தேடலின் களமாய் மிஞ்சியிருக்கின்றன.

காலம் காலமாய் திருவிழாக்களும், ரயில்களும் தான் வேடிக்கைகளின் உச்சபட்சக் களமாய் இருந்ததெனவும் சொல்லலாம். ரயில் பயணத்திலிருக்கும் சுவாரசியமே அத்தனை அந்நியர்களோடு ஒன்றிணைந்து பயணிக்க வேண்டிதும், அதில் அழகிய சிநேகிதம் ஈட்டுவதும்தான். இதோ... இப்போதும் ரயில் பயணங்கள் அமைந்து கொண்டேயிருக்கின்றன. சமீபத்தில்

சராசரியாக முன்னூறு, நானூறு கி.மீ தொலைவு பயணித்த ஒவ்வொரு பயணத்திலும் சன்னல் வழியே வேடிக்கை பார்க்கவோ, அக்கம் பக்கம் பேசவோ, அங்கு நிகழும் எதையும் எந்த வகையிலும் கவனிக்கவோ பெரும்பாலானோருக்கு அவசியம் ஏற்படவேயில்லை. எல்லா வேடிக்கைகளையும் வண்ண வண்ணமாய் காட்டும், உள்ளங்கை அளவிலிருக்கும், ஒரு கை பேசிக்குள் இந்த சமூகம் மூழ்கித் தேடிக்கொண்டிருப்பதும் கூட ஒருவித வேடிக்கைதான்!

"நம்தோழி" மே - 2016

பெருமழை மோகம்

மழையோசை அழைக்கிறது. வாசலுக்குச் செல்கிறேன். சிதறித் தெறிக்கும் அளவிற்கு இன்னும் பெய்திருக்கவில்லை. நனையும் எண்ணம் ஏதுமில்லை. விரும்பி நனைந்த மழைகளைவிட, தவிர்க்க முடியாமல் நனைந்த மழைகளே அதிகம். மழை பேரிரைச்சலாய்த் தொடர்கிறது. எதிரில் உள்ள மைதானத்தில் காற்றின் போக்கில் மழை வளைந்து நெளிந்து ஆடுவது தெரிகிறது. சாலையோரம் கார் ஒன்று நிற்கிறது. கண்ணாடிகளில் கருப்புத்தாள் ஒட்டப்படவில்லை என்பதால் மழை கழுவிய கண்ணாடியின் உள்ளே பளிச்செனத் தெரிகிறது. முன்னிருக்கையில் ஒரு பெண் சாய்ந்திருக்கிறார். மடிமேல் ஒரு பெண் குழந்தை விளையாடிக் கொண்டிருக்கிறது.

பகல் மழையில் கண்ணாடிக்குள் இருப்பது அலாதியான அனுபவம். ஏதோ ஒரு காரணத்தால் அந்தப் பெண் மழையை ரசிக்கும் மனநிலையில் இல்லாமல் இருக்கலாம். குழந்தை துள்ளி விளையாடும் போக்கில் இருப்பதாய்த் தோன்றுகிறது. உடலை வளைத்து கழுத்தை மடக்கி மழைத் துளி அம்புகளாய்ப் பாயும் கண்ணாடியில் முகம் பதித்து தன் முகத்தில் மழைத்துளியை வாங்கிக் கொள்கிறது. அந்த அற்புதமான காட்சி, அந்த நொடியிலேயே எனக்கும் அப்படி கண்ணாடி வழியே மழை வேண்டுமென்ற ஆசையைத் தூண்டுகிறது.

இரவு மழையில் கார் பயணம் வாய்த்தால் முன்னிருக்கையில் அமர்ந்து, குனிந்து முகத்தைத் திருப்பி கண்ணாடியில் வைத்துப் பாருங்கள். விரையும் காரின்

வெளிச்சத்தில் வந்து மோதும் மழைத்துளிகள் தரும் பரவசமும் பேரானந்தமும் வார்த்தைகளில் வெளிப்படுத்தவியலாதது. எங்கிருந்தோ இருளில் முளைத்து கணப்பொழுதில் கண்ணாடிக்கு வெளியே அம்பு போல் பாயும் மழையை நேரம் கரைவது தெரியாமல் ரசிக்கலாம்.

கண்ணாடியில் முகம் பதித்து அதன் மீது மோதும் மழை குறித்து மனக்காட்சிகள் விரியத் தொடங்குகையில் மழை சட்டென ஓய்ந்து போகிறது. ஏமாற்றத்துடன் திரும்புகிறேன். வெயிலற்ற பின் மதியப்பொழுதில் வேகமெடுத்து வந்திருந்த பெருமழையொன்று சற்று நேரத்திலெல்லாம் தன்னைச் சிறு மழையெனவாக்கி காணாமல் போயிருப்பதை நான் ஒப்புக்கொள்ள மறுப்பதெப்படி? யாரைத் தேடி வந்த மழையெனத் தெரியவில்லை. யாருக்கு அந்த மழை தேவைப்பட்டதென்றும் தெரியவில்லை. ஆனால் அந்த மழை விட்டுச் சென்றிருக்கும் உருக்கம், நாம் எந்த மனநிலையிலிருந்தாலும் நம்மைப் பதம் பார்ப்பவை. கூடவே தார் சாலையிலிருந்து எழும்பிவரும் தேய்ந்த டயர் அழுக்குடன் மழை ஈரமும் கலந்த வாடை முகம் சுழிக்கவும் குமட்டலை ஏற்படுத்தவும் செய்பவை. செம்மண் நிலத்தின் வாசனை வேண்டுமென மனம் ஏங்குகிறது. நகரச்சாலை வாசனை மறுக்க மறுக்க நிரம்புகிறது.

காத்திருந்த காலத்தில், கணப்பொழுதில் ஓரப்பார்வை காட்டிவிட்டு கரைந்து போகும் மழை தரும் வெறுமையை உணர்தல் ஒரு கொடுமையான அனுபவம். எவருக்கேனும் அழவேண்டும் எனும் மனநிலையிருந்தால் அவர்களுக்கென பிரத்யேகமான ஒரு சூழ்நிலையை அந்தச் சிறு மழை பரிசளித்துவிட்டுச் சென்றிருக்கிறது. அறையில் சூழ்ந்திருக்கும் கசகசப்பு உடலை அழுத்தமாய்ப் பற்றிக்கொண்டு விட மறுக்கிறது. முருங்கை மரத்தில் அப்பியிருக்கும் புழுக்களைப் போல் அதன் அழுத்தம். இன்னும் சொல்லப்போனால் உடல் முழுக்க மென் அசைவுகளோடு நெளியும் புழுவாய் இறுமாப்போடும், அழுத்தத்தோடும் அப்பியிருக்கிறது வெக்கை.

கோடை நாட்களில் தவிர்க்க முடியாத விருப்பம் மழையை வேண்டுதல். மழைக்கான அறிகுறிகளற்ற நாட்கள் வாழ்வின் மீதான நம்பிக்கைகளையே பதம் பார்ப்பவை. வெயில் தணிந்து மேகம் கறுத்து, மெல்ல காத்து வீசும் நாட்களில் வந்து பரவும் புது நம்பிக்கை வாழ்க்கையில் பூக்கும் ஒரு அழகிய மலர். வருவதற்கான அனைத்துக் குறிப்புணர்த்தல்களையும் காட்டிய அந்த மழை வாராது போனாலும் கூட அப்போது பூத்திருந்த புது நம்பிக்கையானது எளிதில் வாடிப்போகாத ஒன்று.

இன்றைய மழையோடு பிணக்குக் கொள்ள ஏதுமிருப்பதாக தோன்றவில்லை. எந்தச் செடியின் வேருக்கும் இந்த மழை தன்னைப் பங்கிட்டுக் கொடுத்திருக்காதெனினும் தலை துவட்டலாய் இலைகளை வருடியிருக்கலாம். 'எனக்கு வழியொன்றும் மறந்து போகவில்லை, வந்து போகும் உறவில்தான் இருக்கிறேன்' என்பதை நினைவூட்டவும்கூட வந்திருக்கலாம்.

ஆழத்தோண்டும் கிணற்றில் ஏதோ ஒரு பாறை உடைவில் மெல்லத் தெரியும் ஈரமாய் இந்த மழை காட்சியளித்துப் போயிருக்கின்றது. வெம்மையில் கொதித்தடங்கும் உழுத செம்மண் நிலத்தின் வரிக்கோடுகளில் புள்ளி வைத்துக் கோலம் போட வந்தவளாய் மழையைக் கருதிக்கொள்கிறேன். செம்மண் தொட்ட கணத்தில் மேலெழும்பிய வாசனையொன்று, பிரியத்துக்குரியவரின் வாசனை போல் மனம் முழுக்க நிரம்புகிறது. மனதிற்குள் ஒரு சாரல் மழை தொடங்கியிருக்கிறது.

இனி மண் நனைக்க மோகம் கொண்டதொரு பெருமழை வருமென காத்திருக்கலாம்!

தியாகங்களின் நியாயங்கள்

"**வா**ழ்க்கையில் அவனைப்போல் ஒரு சுயநலம் பிடித்தவனைப் பார்க்கவே பார்க்க முடியாது" என ஒட்டுமொத்த கிராமத்தினரால் முத்திரை குத்தப்பட்ட ஒருவரை எனக்கு பல ஆண்டுகளாகத் தெரியும். எல்லோரும் சொல்வதுபோல் அவரின் செயல்பாடுகளை 'சுயநலம்' என்ற அடைப்புக்குறிக்குள் அடைப்பது சரியா என்ற சந்தேகமும் எனக்குண்டு. மிக எளிய ஒரு குடும்பத்தின் தலைவன் அவர். கோவணத் துண்டு நீளத்துக்கு நீண்டு கிடக்கும் நிலத்தில் கிணறுகூடக் கிடையாது. மழை பெய்தாலோ, அணையிலிருந்து தண்ணீர் திறந்துவிட்டாலோ மட்டும் விவசாயம் செய்யலாம். அவை இரண்டும் இல்லாத காலகட்டத்தில் அருகாமை தோட்டத்துக்காரர் கருணை காட்டினால் காடுகள் தாண்டி தம் வயலுக்கு தண்ணீர் கொண்டு வந்து, வாடி வதங்கிக்கிடக்கும் தென்னைகளைக் காப்பாற்றலாம் என்ற நிலைமை.

இறுக்கிக் கட்டிய கோவணத்தோடு காலையிலும், மாலையிலும் பால் கொண்டு செல்வார். முடிந்தவரை கூலி வேலை அல்லது ஆட்களைத் திரட்டிக் கொண்டு குத்தகை வேலைக்குச் செல்வார். அக்கம்பக்கக் கடைகளில் எதையும் வாங்கும் பழக்கமில்லை. கடைகளில் அவர் டீ, காபி குடித்து யாரும் பார்த்ததில்லை. சைக்கிள் டயர் தேய்ந்துவிட்டால், சைக்கிள் கடையில் கிடைக்கும் பழைய டயரைக் கேட்டு வாங்கி இரட்டை டயர் போட்டு மிதிக்க முடியாமல் மிதித்து காடும் மேடும் திரிந்தவர் அவர்.

தன் ஒரே மகனை காடு கரைகளில் ஒருபோதும் திரிய விட்டதில்லை. "படுச்சு கரையேறிரு"

என்பதுதான் அவரின் இடைவிடாத வேண்டுதல். காலம் எல்லாவற்றையும் நேராக்கும், கலைத்துப்போடும் என்பதுபோல். அவரின் கனவை நேர் செய்தது. மகன் பள்ளியில் நல்ல மதிப்பெண் வாங்கி, புகழ்பெற்ற கல்லூரியில் மெரிட் சீட் வாங்கி, அங்கு இங்கு என சின்னச்சின்ன வேலைகள் செய்து, பெங்களூரில் ஒரு பெண்ணைக் காதலித்துத் திருமணமும் செய்து கொண்டு, ஒருநாள் வெளிநாட்டிற்குப் பறந்து போனான். என்ன காரணமென்றே தெரியவில்லை... அவன் ஆறு வருடங்களாக அந்தக் கிராமத்துக்கு வரவோ, பெற்றோர்களை வந்து பார்க்கவோ, தான் இருக்கும் இடத்திற்கு அவர்களை அழைக்கவோ என எதையுமே செய்யவில்லை. அப்பா அம்மாவிற்கு பணம் எதுவும் அனுப்பியதாகவும் தெரியவில்லை. எந்தப் பெரிய மாற்றங்களுமின்றி அவரின் வாழ்க்கை அன்று போலவே ஓடிக்கொண்டிருக்கிறது.

மனித உறவுகளும், உறவுகள் சார்ந்த வாழ்க்கையும் பொதுவாக மேம்பட்ட தியாகங்களின் மேல்தான் ஒவ்வொரு முறையும் கட்டமைக்கப்படுகின்றது. அந்தத் தியாகம் சரியாக உணரப்படாத இடங்களில், அது எந்தவித உறுதித்தன்மையும் ஏற்படுத்தாமல், மேலே கட்டமைக்கப்படுவதை குலையச் செய்துவிடுகின்றன, அல்லது கட்டமைப்பு தன் கனத்தைக் கொண்டு தியாகத்தையே குலைத்து விடுகின்றன.

பத்தேமாரி எனும் மலையாளத் திரைப்படத்தில் சுமார் நாலேகால் நிமிடம் மட்டுமே ஓடக்கூடிய உருக்கமான இறுதிக்காட்சியில் நாராயணன் எனும் கதாபாத்திரத்தின் மரணத்திற்குப் பிறகு தொலைக்காட்சியில் அவரின் நேர்காணல் ஒன்று ஒளிபரப்பாகும்.

“வேலாயுதன் அண்ணன் பத்தேமாரியில் (படகில்) ஏறி கோர்ஃபஹான் வந்து இறங்கினோம். அங்கே ஒரு சாயபு உதவியோடு சார்ஜா வந்தோம். சார்ஜாவில் இருந்து துபாய்க்கு நடந்து வந்தோம். உயர்ந்த கட்டிடங்கள் அப்போதுதான் எழும்பிக்கொண்டிருந்தன. இப்போது காணும் பல கட்டிடங்களில் என் வியர்வைத் துளியும், கடின உழைப்பும் உண்டு. ‘நம்மை நேசிப்பபவர்களுக்காகத்தான் கஷ்டப்படுகிறோம்’ என நினைக்கும்போது சோர்வு வருவதில்லை. நாம் அனுப்பும் காசு ஒரு தேவையை பூர்த்தி செய்கிறதென்பதே மிகுந்த மகிழ்ச்சியானது. எங்களில் பலரும் மனதை நாட்டில் வைத்துவிட்டு உடலை மட்டும் இங்கு வைத்துக்கொண்டு வேலை செய்கிறவர்கள்.

என்ன வேலை, என்ன சம்பளம் என மனைவி கூட அறிந்ததில்லை. எப்படிக் கஷ்டப்படுகிறோம் என்பதைச்

சொல்வதில் வெட்கம் ஒன்றுமில்லை, ஆனால் அவர்களுக்கு நம் கஷ்டத்தைச் சொல்ல வேண்டாமென்றுதான் சொல்லாமல் இருக்கிறோம். ஊருக்கு பத்தாயிரம் அனுப்பும்போது, 'இருபதாயிரம் சம்பாதித்துவிட்டு, பத்தாயிரம் அனுப்புகிறார்கள்' என்று அங்கிருப்பவர்கள் நினைக்கலாம். ஆனால் ஏழாயிரம் கிடைத்தாலும் மூன்றாயிரம் கடன் வாங்கியும் அனுப்புவதுண்டு. ஒரு போதும் 'எனக்கு பலன் திரும்பக் கிடைக்கும்' என்பதற்காக உதவி செய்ததில்லை. அப்படி எதிர்பார்த்து கொடுப்பது அன்பின்பால் அல்ல, கடன் கொடுத்தல்.

பிறப்பு முதலே கடவுள் பல சௌபாக்கியங்களைக் கொடுத்ததுண்டு. நேசம் மிகுந்த அம்மாவின் மகனாய் பிறந்தது, அன்பான சகோதர, சகோதரிகள், பிள்ளைகள், எப்போதும் புரிந்துகொள்ளும் மனைவி, வாழ்க்கை முழுதும் உடன் நிற்கும் நண்பன் என இவர்களை நினைக்கும்போது நான் எல்லா வளங்களையும் பெற்றதாகவே நினைக்கிறேன்.

'எப்போதாவது பரிசுப் பொருட்களோடு வரும் விருந்தினர்கள்' போல் பிள்ளைகள் எங்களைக் கருதுவதுண்டு. பிள்ளைகளின் வயதொத்தவர்களைக் காணும்போது, நமக்கு நம் பிள்ளைகளின் நினைவு வரும். அப்பா, அம்மா வயதில் இருப்பவர்களைக் காணும்போது எத்தனை பிள்ளைகளுக்கு தங்களின் அப்பா, அம்மா நினைவுக்கு வருகின்றனர்?

ஒவ்வொருவரும் தம் மனதில் நினைப்பதுபோல்தான் வாழ்க்கையை வாழ்கின்றனர். 'இவர் மகிழ்ச்சியோடு வாழ்கிறாரா, வருத்தத்தோடு வாழ்கிறாரா' என வெளியிலிருந்து பார்ப்பவர்கள் எப்படிச் சொல்ல முடியும்? அப்படிச் சொல்ல முடியாது. 'ஊரில் இருக்கும் குடும்பத்தின் அங்கமாய் நாம் இல்லையே' என்று பல தருணங்களில் நான் வருத்தப்பட்டதுண்டு. சகோதரன் ஸ்கூட்டரிலிருந்து விழுந்து அடிபட்டுக் கிடந்தபோது, மனைவிக்கு தொண்டையில் புண் வந்து சாப்பிட முடியாமல் இருந்தபோது, மகனுக்கு மஞ்சள் காமாலை வந்து படுக்கையில் இருந்தபோது அவர்களோடு உடன் இருக்க முடியவில்லையே என வருத்தப்பட்டதுண்டு. அழுததுண்டு.

எனக்கு வயதாகிவிட்டதே என்று கவலையில்லை, இனி குடும்பத்திற்கு தொடர்ந்து உழைக்கும் அளவிற்கு உடல்பலம் இல்லையே என்பதுதான் கவலை.

உங்களைச் சுற்றியிருப்பவர்கள் மகிழ்ச்சியாக இருக்க நீங்கள் காரணமாய் இருந்தால், பெற்ற அம்மாவும் அப்பாவும் மன

நிம்மதியோடு உறங்குவதற்கு நீங்கள் காரணமாய் இருந்தால் அதுவே வாழ்க்கையில் சாதித்ததாக கருதப்படும். மற்றவர்களுக்கு எவ்வளவு உதவியாய் இருந்தோம் என்பதுதான் சாதனை. என் குடும்பம் பட்டியினிலிருந்து மீண்டது, அப்பாவின் கடன்களை அடைத்தது, சகோதரிகளுக்கு திருமணம் செய்துகொடுத்தது, சகோதரனின் தொழிலுக்கு உதவியது என இதெல்லாம் பார்க்கும்போது நான் ஒரு முழு வெற்றியாளன் தான்.

இனியொரு பிறப்பு உண்டெனில், இதே மனிதனாக பூமியில் பிறக்க வேண்டும்; இதே பெற்றோர்களின் மகனாய், இதே சகோதரிகளின் சகோதரனாய், இதே மனைவியின் கணவனாய், என் பிள்ளைகளின் தகப்பனாய், என் நண்பன் மொய்தீனின் நண்பனாகவும் இன்னொரு பிறப்பு வேண்டும்" எனும் காட்சியோடு அந்தப் பேட்டியில் அவர் உருவம் உறைய...காட்சி வேறொன்றோடு கலந்து தேய்ந்து மௌனிக்கிறது.

ஆட்களை கள்ளத்தனமாய் கொண்டு சேர்க்கும் படகில் பயணப்பட்டு தன் இளமைக்காலத்தில் வளைகுடா நாட்டில் கால் வைத்து, ஐம்பது ஆண்டுகள் வேலை செய்து ஏழ்மையிலிருந்து தன் குடும்பத்தை, உறவுகளை மீட்டெடுத்து அங்கேயே இறந்தும்போகும் அந்த நாராயணன் கதாபாத்திரம், அதேபோன்று வாழும் ஆயிரமாயிரம் குடும்பங்களின் மனதில் பெரும் புயலை உருவாக்கியிருக்கும்.

தன்னுடைய இளமை, மகிழ்ச்சி, உறவுகளின் அண்மையெனும் சுகம் உட்பட எல்லாவற்றையும் துறந்து வெளிநாடுகளில், தனித்து வாழும் பல நண்பர்களை அறிவேன். குடும்பத்தின் கடன் சுமையைத் தீர்க்க வேலைக்காக வெளிநாட்டிற்கு, பச்சைப் பிள்ளைகளை விட்டுப்பிரிந்து நான்கைந்து ஆண்டுகள் சென்றிருந்த சில அம்மாக்களையும் அறிவேன்.

சுமார் இருபது ஆண்டுகள் கணவனும் மனைவியும் போராட்டக் களத்தில் போராளிகளாக நின்ற ஒரு பூமியிலிருந்து, தம் வாழ்வை பூஜ்யத்திலிருந்து துவங்க வேண்டிய நிலையில் வேலைக்காக வெளிநாடு செல்கிறார் கணவர். சில ஆண்டுகள் பணியாற்றி ஊர் திரும்பியவர் இருபது ஆண்டுகளாக கவனிக்காமல் விட்டிருந்த தம் பெற்றோர், சகோதரிகளுக்கு தான் சம்பாதித்த முழுவதையும் கொடுத்துவிட்டு குடும்பத்திற்குத் திரும்புகிறார். வாழ்க்கை மீண்டும் அதே பூஜ்யத்திலிருந்து தொடங்கப்படுகிறது.

பொதுவாக வெளிநாடு என்பது காசு கொழிக்கும் களமாகவே நமக்கு உணர்த்தப்படுகிறது. ஒருவகையில் அது

உண்மையும் கூட. குறிப்பிட்ட சில நாடுகளின் வாழ்க்கை நேர்த்தி பிடித்துப்போனாலும், யாருக்காக உழைக்கின்றோமோ அவர்களையே துறந்துவிட்டு அவர்களுக்காக தன்னந்தனியே உழைக்கும் முரண் எத்தனை கொடிது!. இந்த முரணுக்குள் புதைந்து கிடக்கும் தியாகம்தான் பல்லாயிரம் குடும்பங்களை மீட்டெடுத்து குனிவிலிருந்து நிமிர வைத்திருக்கின்றது. இந்த தியாகங்களைச் செய்பவர்களுக்கு தியாகங்களுக்கான பலன் தமக்கு உணர்த்தப்பட வேண்டும் என்பதைவிட, தியாகங்கள் தவறாகப் புரிந்து கொள்ளப்படாமலும், வேறு வழிகளில் அது சிதைக்கப்படாமலும் இருந்தாலே போதுமெனத் தோன்றுகிறது.

எதிலும் 'இதுதான் சரி', 'இதுதான் தவறு' என்று விரல் சுட்ட முடிவதில்லை. அது காலத்திற்கும், சூழலுக்கும் ஏற்ப மாறிக்கொண்டே இருக்கின்றது. அவரவர் பக்கத்தில் சிறிதாகவோ, பெரிதாகவோ ஒரு நியாயம் இருக்கத்தான் செய்யும். இன்னும் சில இடங்களில் அநியாயமும்கூட இருக்கலாம். மனிதர்கள் அப்படித்தான்' மனித வாழ்க்கையும் அப்படியானதுதான். தியாகங்களால் கட்டமைக்கப்படும் இந்த வாழ்வில், தியாகங்கள் குறைந்தபட்சம் அதற்கான பொருத்தமான அங்கீகாரத்தைப் பெற்றுவிடுதல் மட்டுமே நலம்!

"நம்தோழி" ஜூன் - 2016

காவு கேட்கும் புனைவுகள்

இணைய வளர்ச்சி உலகத்தை ஒற்றை விரல் தொடுகைக்குள் அடங்கிப்போகும் வகையில் சுருங்கச் செய்திருக்கின்றது. எதையும் எங்கும் எவ்விதமும் எளிதாகப் பகிர்ந்துகொள்ள முடியும் எனும் ஆற்றலைக் கொடுத்திருக்கிறது. இதைத்தான் பகிர்ந்து கொள்ளவேண்டும், இதெல்லாம் பகிர்ந்துகொள்ளக்கூடாது என நாட்டுக்கு நாடு சட்டங்கள் சிறிய அளவில் வேறுபட்டாலும் தம்மளவில் நெறிப்படுத்தவே முனைகின்றன. இணையத்தின் வேகத்திற்கேற்ப, அதன் வழியே நிகழ்த்தப்படும் குற்றங்களும் வேகமானவையே. வேகம் மிகுந்த குற்றங்களில் பாதிக்கப்படுவோரின் இழப்புகளும், துன்பங்களும் சாமானியர்களால் சட்டெனப் புரிந்துகொள்ள முடியாதவையும்கூட.

திருமணமாகி மூன்று ஆண்டுகள் தான் ஆகின்றன. வெளிநாட்டில் குடும்ப வாழ்க்கை தொடங்குகிறது. ஆரம்பத்தில் இனிமையாகப் போனது உறவு. ஒரு கட்டத்தில் குடும்ப நட்பில் இருக்கும் வேறொரு பெண்ணோடு கணவனுக்கு நட்பு ஏற்படுகிறது. அந்தப் பெண்ணும் திருமணமாகி குழந்தையோடு அதே ஊரில் வசித்து வருகிறார்கள். ஒரு முறை பொருத்தமற்ற சாலையில் வைத்து அவர்கள் இருவரையும் மனைவி பார்க்கிறார். சந்தேகம் தொடங்குகிறது. நாட்கள் போகப் போக அவர்களின் நடவடிக்கைகளும் வித்தியாசமாகத் தோன்ற சந்தேகம் வலுக்கிறது. சந்தேகித்தவிதம் உண்மையாக இருக்கும் சாத்தியங்கள் கூடுவதாய்த் தோன்றுகிறது. விசாரிக்கத் தொடங்குகிறாள், விரிசல் தொடங்குகிறது.

பிரச்சனைகள் புதிது புதிதாய் முளைக்கின்றன. மனைவியின் வீட்டில் ஏதேதோ சொல்லி, ஊருக்கு அனுப்பி வைக்கிறான். ஒருமாதம் கழித்து அடம் பிடித்து மீண்டும் கணவன் இருக்கும் நாட்டுக்கே மனைவி செல்கிறாள். அதற்குள் அவர்களுக்குள் நெருக்கம் முற்றுகிறது. இவர்களுக்குள் விலகல் முற்றுகிறது. “ஆமாம் அப்படித்தான்” என்கிறான். பெரும் சண்டை வெடிக்கிறது. கணவன் மனைவிக்குள் அடித்துக் கொள்கிறார்கள்.

ஒரு கட்டத்தில் ‘ஒத்துக்கிட்டு இருக்கிறதா இருந்தா இரு, இல்லாட்டி நீ போய்ட்டே இரு!’ என்கிறான். “வீட்ல சொல்வேன், போலீஸ்ல கம்ப்ளெய்ண்ட் பண்ணுவேன், கேஸ் போடுவேன்” என மனைவி மிரட்ட, மிகப்பெரிய வெடிகுண்டைப் போடுகிறான். திருமணமான புதிதில் அந்தரங்கமான நிலையில் எடுத்துக்கொண்ட சில நிழற்படங்களை மனைவியிடம் காட்டி, “நீ என் பேரைக் கெடுக்கிறதுனு முடிவு பண்ணீட்டின்னா, உன்னோட இந்தப் படமெல்லாம் எப்ப எப்படி நெட்ல வரும்னு தெரியாது. உன்னால ஆனதைப் பார்த்துக்க!” எனக் கொக்கரிக்கிறான்.

கிராமத்துப் பெண் அவள். முற்போக்குக்கிற்கும் ஊருக்கு பயந்த தனத்திற்கும் இடையில் குழம்புகிறாள். இதையெல்லாம் வீட்டில் எப்படி சொல்வதென்றே தெரியாமல், போராடவும் தெரியாமல் ஊர் திரும்புகிறாள். வீட்டில் திரும்பத் திரும்ப என்னால அங்க இருக்க முடியாது, விவாகரத்து வாங்கிக்கொடுங்க எனக் கதறுகிறாள். இரண்டாவது மகளுக்குத் திருமணம் செய்யவேண்டிய நிலையில் பெற்றோர் இடிந்துபோய் இருக்கின்றனர்.

ஒரு பெண்ணை அடிபணிய வைக்க, தோற்கடிக்க, பழிவாங்க, குலைக்கச்செய்ய அவளின் பெண்மை மீது, கற்பு மீது, உடல் மீது தாக்குதல் நடத்தினால் போதுமென வக்கிரமானவர்களும், கோழைகளும் நினைக்கிறார்கள். இப்படி நினைப்பவர்களில் ஆண்கள் மட்டுமே இருப்பதில்லை. பெண்களும்கூட பெண்களை அவ்வாறு மிரட்டியதைக் கேள்விப்பட்டதுண்டு. நான் முப்பது ஃபேக் ஐடி வச்சிருக்கேன், உன் படத்தை மார்ஃபிங் பரப்பி சாவடிப்பேன் என சவால்விட்ட ஒரு பெண் குறித்து அறிந்தபோது பேச்சு மூச்சற்றுப் போனேன். ஆக மொத்தத்தில் ஆணோ பெண்ணோ இன்னொரு பெண்ணை ஆபாசமாகச் சித்தரிப்பதன் மூலம் வீழ்த்த முடியும், அழிக்க முடியும் என்பதில் தெளிவாக இருக்கிறார்கள்.

கல்லூரியில் படித்து முடித்த இருபதுகளில் இருக்கும் பெண்ணின் படம் ஆபாசமாக சித்தரிக்கப்பட்டு இணையத்தில் வெளியாகிறது. பதறியடித்து அருகாமைக் காவல் நிலையத்திற்குச்

செல்கிறார்கள். அது இணையக் குற்றம் என்பதால், மாவட்ட தலைநகருக்கும், இணையப் பிரிவு குற்றத்தடுப்புத் துறைக்கும் அலைக் கழிக்கப்படுகிறார்கள். நீதி கிட்டவில்லை. படம் தொடர்ந்து இருக்கிறது. இணையக் குற்றப்பிரிவு தலைமைக் காவலர் கையூட்டுப் பெற்றுக்கொண்டும் ஒன்றும் செய்யாமல் காலம் கடத்துகிறார். காவல்துறை நடவடிக்கை குற்றவாளியைக் கண்டறிய தாமதித்த நிலையில், கடிதம் ஒன்றை எழுதி வைத்துவிட்டு அந்த இளம் பெண் தன்னை மாய்த்துக் கொள்கிறார். அந்த மரணமும், இணையத்தில் காணக் கிடைத்த அந்தக் கடிதமும், அப்போதைக்கு சற்றே பரபரப்பாக பேசிவிட்டு மறந்து போகக்கூடியதில்லை.

கடிதம் "என்னோட லைஃப் போனதுக்கப்புறம் நான் வாழ்ந்து என்ன பண்ணப்போறேன்" என்றுதான் தொடங்குகிறது. ஒரு பெண்ணின் படம் மார்பிங் செய்யப்பட்டோ அல்லது உண்மையானதாகவே இருந்து ஆபாசமாக வெளியாகிவிட்டால், அந்த ஒரு சம்பவத்தோடு, படத்தோடு ஒட்டுமொத்த வாழ்க்கையே போய்விட்டது என்ற தீர்ப்பை அந்த இருபதுகளில் இருக்கும் பெண்ணுக்கு யார் வழங்கியது? மேம்போக்காக, "படிச்ச புள்ள இப்படி அவசரப்பட்டு முடிவெடுக்கலாமா?" எனக் கேள்வி கேட்கும் முன், ஒரு படத்தின் மூலம் வாழ்க்கையை அழித்துவிட முடியும் என்ற மனநிலையை யார் புகட்டியது? அப்படியான அறியாமை மனநிலையில் இருக்கும் அவர்களுக்கு நாம் சொல்லும் நியாயமான விளக்கங்கள் என்ன?.

"சத்தியமா சொல்றேன் என் போட்டோவை நான் யாருக்கும் அனுப்பல. நம்புங்க" எனும் அந்தப் பெண்ணின் ஆயாசமான குரல் மரண ஓலமாய் எதிரொலிக்கிறது. 'ஊசி இடம் கொடுக்காம நூல் எப்படி நுழையும்?' என்ற ஒரு அல்பமான உதாரணத்தை மட்டுமே பெண்ணின் பாலியல் குறித்த எல்லா நிகழ்வுகளிலும் எளியதொரு வாதமாக இந்த சமூகம் முன் வைக்கிறது. "நீ அனுப்பாம அவனுக்கு எப்படிக் கிடைச்சுது?" என பெற்றோரோ, உறவினரோ, காவல் துறையோ திரும்பத் திரும்பக் கேட்டிருக்கும் சாத்தியம் இங்கு அதிகம். தான் அனுப்பாமல் எங்கிருந்தோ எடுத்த ஒரு படத்தை வைத்துக்கொண்டு எவராலும் ஒரு கழுத்துவரை உள்ள உடலோடு பொருத்தி நிஜம்போல் காட்ட முடியும் எனும் எளிய உண்மை அனைவருக்கும் புரிந்திருக்கின்றதா? புரியாதவர்களின் மத்தியில் தோற்றுப்போன மனநிலையில் கூட இப்படியான ஒரு அழுகுரல் வரிகள் வந்திருக்கலாம்.

"அப்பா அம்மாவே என்ன நம்பாதப்போ நான் உயிரோட இருந்து என்ன பிரயோஜனம், அவங்களே என்னபத்தி

கேவலமாக பேசுறாங்க" எனும் வரி நிலை குலையச் செய்கின்றது. "உனக்கெதிராக கோழைத்தனமாக, வக்கிரத்தோடு ஏவிவிடப்படும் தாக்குதலின்போது, ஊரும் உலகமும் உனக்கு எதிராக நின்றாலும், ஒரு தாயாக, தந்தையாக நான் உன் பக்கம் நிற்கிறேன்" எனத் தரும் உறுதி, நம்பிக்கை, உத்திரவாதம்தானே அடித்து வீழ்த்தப்பட்ட அந்தப் பெண்ணை மீட்டெடுக்கும்.

போகிற போக்கில் இணையத்தில் ஒரு குற்றமிழைப்பது மிக எளிதானதாகி வெகு காலம் ஆகிறது. தொழில்நுட்பம் வளர்ந்த சூழலில் யாரையும் எவ்விதமும் மாற்றி தன் வக்கிரத்தை வெளிக்காட்டிவிட முடியும். கோழைகள், வக்கிரம் மிகுந்தவர்கள் பெண்களை வீழ்த்த இதுபோன்ற ஆயுதங்களைக் கையாள்வதை எளிதான காரியமாகக் கருதுகிறார்கள்

இந்த நிலையில் அந்த இளம் பெண்ணின் வயதொத்த பெண்களிடம் கேட்க விரும்புவது "ஒரு சித்தரிக்கப்படும் ஆபாசப் படம் மட்டுமே உங்கள் வாழ்க்கையை அழித்துவிடுவதாக நம்புகிறீர்களா?" என்பதைத்தான். அந்தப் பெண்ணின் பெற்றோர், உறவினர், தொடர்புடைய அதிகாரிகளிடம் கேட்க விரும்புவது "இன்னும் எத்தனை காலத்திற்கு பெண் மீது நிகழ்த்தப்படும் குற்றங்களில் உடனடியாகப் பெண்ணைக் குற்றவாளியாக்கப் போகிறீர்கள்?"

வாழ்கின்ற ஒவ்வொருவரும் தீர்மானிக்க வேண்டியது எது வாழ்க்கை, எது அவமானம், எது தவறு என்பதைத்தான். பாதிக்கப்பட்ட பெண்கள் தற்கொலை செய்துகொள்வதை நிறுத்தும்வரை, அவர்களின் பெற்றோரும் உற்றாரும் அவர்களோடு உரத்து உடன் நிற்கும் வரை, வக்கிரம் மிகுந்த கோழைகளும், ஊழல் அதிகாரிகளும் ஒடுங்கிவிடுவார்கள் என்று மட்டும் நம்பாதீர்கள்.

நிறைவடைதலும் முழுமையடைதலும்

காலை ஐந்து மணியளவில் நகரின் புறத்திலிருக்கும் சாலையொன்றில் நடந்து கொண்டிருக்கிறேன். வழியில் இருக்கும் கல்லூரி வளாகத்தில் அடர்த்தியாக இருக்கும் மரங்களிலிருந்து விதவிதமான பறவைகளின் ஓசை. எதையும் தனித்து அடையாளம் கண்டுவிட முடியாதபடி குறுக்கும் நெடுக்குமாய் அடர்த்தியாய்ப் பாயும் குரல்கள் யாவும் இனிமையிலும் இனிமைதான். ஒவ்வொரு பறவையின் ஓசையும் அவைகளின் மொழியென்பது புரிகிறது. பெருநகரத்தின் பரபரப்பானதொரு ரயில் நிலையத்தில் வந்து குவியும் பல மொழிகள் பேசும் மக்களின் குரல்களை ஒரே நேரத்தில் கேட்டால் எப்படி புரிந்தும் புரியாமலும் இருக்குமோ அப்படியான குரல்கள் அவை. ஆனாலும் அந்தக் கலப்படக் குரல்கள் அதி இனிமை வாய்ந்தவை. ஏதோவொரு இனம்புரியாத உற்சாகத்தை நெஞ்சில் நெருப்பாய் பற்ற வைப்பவை. அது தனக்குள் ரகசியமாய் குளிரை வைத்திருக்கும் நெருப்பு. வார்த்தைகளால் வடிக்கவியலாத பெரும் இதம் தோய்ந்தது.

குரல்கள் தேய்ந்துபோகும் தொலைவுக்கு நகர்ந்திருக்கையில், எதிரில் இரண்டு இளைஞர்கள் துரித நடையில் வருகின்றனர். வீதி விளக்கு வெளிச்சத்தில் தெரியும் அவர்களின் உருவம் வட இந்தியர்கள் என்பதைக் காட்டுகிறது. இங்கு வந்து பணிபுரியும் வட இந்தியர்களும், நாமும் ஒத்த உருவத்தில் இருந்தாலும், அவர்களின் சிகை, உடை, நடை மிக எளிதாக அவர்களை அடையாளப்படுத்தி

விடுகிறது. அது நடைப் பயிற்சியல்ல. அநேகமாக வேலைக்குச் செல்வதற்கான நடை அது.

எங்கும் இருள் நிறைந்திருக்க, சாலையோரத்தில் ஒரு கட்டிடத்தின் மூன்றாவது கடையில் பளிச்சென விளக்கெரிகிறது. தையல்காரர் ஒருவர் மும்முரமாய் வேலை செய்து கொண்டிருக்கிறார். அதிகாலை ஐந்து மணிக்கும்கூட ஒருவர் தனியே வேலை செய்ய வேண்டியிருக்கிறதே என நினைக்கும் கனத்தில், அங்கிருந்து பண்பலை வானொலியில் "வளையோசை கலகலகலவெனக் கவிதைகள் படிக்குது, குளுகுளு தென்றல் காற்றும் வீசுது" பாடல் ஒலிக்கத் தொடங்குகிறது. பறவைகளின் ஓசை, வட இந்திய இளைஞர்கள், அந்த தையல்காரரின் உழைப்பு ஆகியவற்றிலிருந்து மனம் நகர்ந்து, அடர்த்தியாய் தாடி வைத்த கமலோடும், காற்றில் முந்தானை பறக்கும் அமலாவோடும், முகத்தில் எதிர்க்காற்று அறைய பல்லவன் பேருந்து படிக்கட்டில் தொங்கியபடி பயணிக்கத் தொடங்கிவிட்டது. இனி நாள் முழுதும்கூட மனம் பயணித்தபடியே இருக்கும்.

உலகின் பேரதிசயம் என்னவெனக் கேட்டால், விடியல் என்றே சொல்லத் தோன்றுகிறது. இந்த இருள் இப்படியே நீண்டு போய்க் கொண்டேயிருந்தால் எப்படியிருக்குமென பல நேரங்களில் கற்பனை செய்வதுண்டு. அப்படி நினைக்கும் கணம்தோறும் மனதெங்கும் சூன்யம் பரவும். இரவுகள் தொடர்ந்தால், நாம் என்ன செய்வோம் என்ற கேள்விகளுக்கு, பதில்களைவிட பயமே அணி வகுக்கின்றது.

ஒவ்வொரு விடியலிலும் ரகசியப் பரிசு போல் அந்த தினம் ஒவ்வொருவரிடமும் வழங்கப்பட்டு விடுகின்றது. சிலருக்கு அது சிலிர்ப்பூட்டும் பரிசு; பலருக்கு அதுவொரு அலுப்பூட்டும் வாடிக்கை. ஒரு தினம் என்பதை ஒரு இரவையும் பகலையும் அல்லது இருபத்து நான்கு மணி நேரத்தையும் மட்டுமே கொண்டு காண்பவர்களுக்கு அலுப்பு மிஞ்சுவதற்கான சாத்தியங்கள் நிறைய உண்டு. அலுப்போடு அணுகுபவர்களுக்காக ஒருபோதும் அந்த தினம் தன் வேகத்தைக் அதிகரித்துக் கொள்வதில்லை. உலகம் முழுமைக்குமான பொதுவானதொரு வேகத்தோடு, திடத்தோடுதான் நாள் இயங்குகிறது.

'விடியலில் தொடங்கி, இருள் பூப்பதில் ஒரு நாள் முடிகிறது' என்பது நிதர்சனமான உண்மையென்றாலும் கூட அதை அவ்வாறு மட்டுமே எடுத்துக்கொள்ள முடிவதில்லை. காரணம், நிறைவடையும் தினம் வேறு; முழுமையடையும் தினம் வேறு.

நிறைவடையும் எல்லா நாட்களும் முழுமையாகி விடுவதில்லை. முழுமை என்பது தீர்ந்து போகும் மணிநேரங்களில் இல்லை. சில தினங்களின் முடிவில் ஏதோ ஒன்று தொக்கி நிற்கும். இரவின் உறக்கத்தைப் பிடுங்கித் தின்று கொண்டிருக்கும்; அல்லது நடுநிசியில் எழுப்பிவிட்டு சிரிக்கும். சில தினங்களில் ஏதோ ஒன்று மனதிற்குள் விதையாய் விழும். அது தானே வளரும், பூ பூக்கும், மணக்கும், விதைகளைச் சிதறவிடும், முளைத்து துளிர் விடும். மனசு முழுதுவதும் பசுமையாய்ச் செழிக்கும்.

முழுமையடையும் தினங்களில் வாழ்வின் ருசி அறிந்துவிட முடியும். அந்த முழுமைக்கு ஏதோ ஒரு செயல், செயலின் பூரணம், ஒரு காட்சி, ஒரு உரையாடல், உரையாடலில் ஒரு வரி அல்லது அதற்குள்ளிருக்கும் ஒரு சொல் என ஏதோ ஒன்று போதுமானதாயிருக்கும்.

ஒரு நாளை முழுமையடையச் செய்யும் துடிப்பான ஒரு செயலை சமீபத்தில் ஒருவரிடம் கண்டேன். அதுவொரு மலைக்கிராமம். இன்னும் சமதள மக்கள் துளியும் புழங்காத மலைக்கிராமம். ஒட்டுமொத்த மலைக்கிராமங்களுக்குமே மிகப்பெரிய சாபக்கேடாக இருப்பது, கல்வி வாய்ப்பின்மை. அம்மாதிரியான கிராமங்கள் தோறும் அரசாங்கம் பள்ளிகளை அமைத்து அதற்கு ஆசிரியர்களை நியமித்திருக்கிறது. அந்தப் பள்ளிகளுக்கு நியமிக்கப்படும் ஆசிரியர்கள் நகரப் பகுதியிலிருந்தோ, வளம் நிறைந்த பகுதியிலிருந்தோ வந்தவர்கள். அவர்களால் வசதி குறைந்த அந்தக் கிராமங்களில் தங்கி வேலை பார்ப்பது இயலாது என்கின்றனர். தினமும் தங்கள் வீட்டிலிருந்தோ அல்லது மலையின் அடிவாரத்தில் இருக்கும் நகரத்திலிருந்தோ செல்வதும் சாத்தியப் படுவதில்லை.

உதாரணத்திற்கு நான் சென்ற கிராமத்திற்கு, அருகிலிருக்கும் நகரத்திலிருந்து முப்பது கி.மீ தூரம் வரை பேருந்தில் செல்லலாம். அந்த வழித்தடத்தில் தினசரி ஐந்து பேருந்துகள் மட்டுமே இயங்குகின்றன. பேருந்து நிறுத்தத்திலிருந்து குறிப்பிட்ட அந்தக் கிராமத்திற்குச் செல்ல மேலும் முப்பது கி.மீ தூரம் பயணிக்க வேண்டும். அதில் பாதித் தூரம் தார்ச்சாலை. வனத்துறையின் கட்டுப்பாட்டின் கீழ் வரும் மீதிச் சாலை மிகக் கரடுமுரடான சாலையில் ஜீப்கள் மட்டுமே சாத்தியம். சாலை மிக மோசமாக இருக்கும் இடங்களில் ஆட்களை இறக்கி விட்டு, சாலை ஓரளவு நன்றாக இருக்கும் இடத்தில்தான் மீண்டும் ஏற்றிக்கொள்ள முடியும். அந்த மாதிரியான கிராமத்திற்கு ஒரு ஆசிரியர் தினந்தோறும்

சென்று வருவது சாத்தியமில்லை. குறைந்தபட்சம் அங்கு தங்கும் ஆசிரியர்களால் மட்டுமே பணியாற்ற இயலும். அர்ப்பணிப்பு மிகுந்த ஆசிரியர்கள் அமையும்வரை அந்த மலைக்கிராமங்களுக்கு கல்வி வெற்றுக்கனவுதான்.

அந்த கிராமத்தில், பள்ளிப்படிப்பை பாதியில் கைவிட்டு கூலி வேலைகளுக்குச் செல்பவர்களைத் தேடிப்பிடித்து மீண்டும் படிக்க வைக்க, அறக்கட்டளையொன்று உழைத்து வருகிறது. சில இடங்களில் அரசு நிதியுடன் கட்டிடங்கள் எழுப்பி, பல இடங்களில் மற்றவர்களின் உதவியுடன் குடிசைகள் அமைத்து, ஆசிரியர்களை நியமித்து கல்விக்காக பெரியதொரு போர் முனைப்புக்கு நிகரான காரியங்களை நடத்தி வருகின்றார்கள்.

அப்படியான பள்ளி ஒன்றில், கல்வி உதவித் தொகை வழங்கும் நிகழ்வு நடந்தது. இடைநின்ற மாணவர்களில் அறக்கட்டளை உதவியோடு மலையைவிட்டு இறங்கி உயர்நிலைக் கல்வி மற்றும் மேல்நிலைக் கல்வி வரை முடித்தவர்களுக்கான நிகழ்வு அது. பள்ளிக் கட்டிடத்திற்கு நிலம் வழங்கிய ஜடையன் என்ற பெரியவரை பாராட்டும் நிகழ்வு நடந்தது. கௌரவிக்கும் பொருட்டு சிறப்பு விருந்தினர் ஜடையன் அவர்களுக்கு சால்வை அணிவித்தார். எத்தனையோ நூறு சால்வை அணிவிக்கும் வைபங்களை மேடைகளில் கண்டிருக்கிறேன். ஜடையன் வந்து நின்றதிலேயே ஒரு நளினமான கம்பீரம் தெரிந்தது. போர்த்துபவர் சால்வையை விரிக்கும்போதே, அதே நளினமும் கம்பீரமும் கூடிய தன்மையோடு கைகளை சற்று விரித்து தயாரானார். போர்த்தியவுடன் சால்வையின் இரு பக்கங்களையும் தம் கைகளுக்குள் லாவகமாக அடக்கிக்கொண்டு போர்த்தியவருக்கு வழக்கம்போல் கும்பிடு மட்டும் போடாமல், தளராத கம்பீரத்தோடு ஒரு கையால் அவரை அணைத்தபடி கேமராக்களுக்கு காட்சியளித்தார். சட்டென மேசைப் பக்கம் திரும்பி, யாருக்கோ வழங்கப்பட்டிருந்த பூங்கொத்து ஒன்றினை எடுத்து, குனிந்து சால்வை போர்த்தியவருக்கு வழங்கினார்.

சற்றும் எதிர்பாராத தருணத்தில் ஒருவர் தன்னை வெளிப்படுத்தும் பாங்கே அவரின் உண்மையான ஆளுமையை காட்டுகிறது. சினிமாவில் எத்தனையோ நாயகர்கள் எத்தனையோ விதமான நளினங்களை, இயல்பாகவும், நடிப்பாகவும் வெளிப்படுத்துவதைக் கண்டிருக்கிறேன். ஆனால் ஒரு மலைக் கிராமத்தின் உச்சியில் காற்றில் உலர்ந்தபடி, கல்வியறிவும், நான் சொல்லும் உலக அறிவுமற்ற ஜடையன் சில நொடிப்பொழுதில் தன்னை

வெளிப்படுத்திய நளினம்! எனக்கு அந்த தினத்தை மட்டுமல்ல, அதிலிருந்து என் நினைவுக்குள் அவர் தளும்பும் ஒவ்வொரு தினத்தையும் முழுமையாக்கும் வல்லமை கொண்டது.

இதோ... வந்துகொண்டிருக்கும் விடியல் நமக்கானதொரு அழகிய பரிசுதான்!. பரிசைப் பெற்று மகிழும் மனநிலைக்கு இப்போதிலிருந்தே தயாராவோம். தினத்தின் ஏதோ ஒரு கணத்தில் நமக்கான முழுமையை நாம் தேடியடைவோம். தேடலின்போது மனதின் கதவுகளும் நிபந்தனைகளின்றி திறந்திருத்தல் வேண்டும்.

"நம் தோழி" ஜூலை - 2016

பெயரிடப்படாத புத்தகம்

நாற்பது வயதைத் தாண்டுவோருக்கு என சில பிரத்யேக குணங்கள் உருவாகிவிடுகின்றன எனத்தோன்றுகிறது. அதிலும் குறிப்பாக வீட்டில் இருக்கும் பதின்வயதுப் பிள்ளைகள் குறித்த மனவருத்தம் மற்றும் குறைப்படுதல் முக்கியமானது. ஒருவகையில் அதில் உண்மைகளும் இருக்கத்தான் செய்கின்றன. “வீட்டில் வேலைகள் எதும் செய்வதில்லை, அருகில் கடைகளுக்குப் போய் வருவதில்லை, சொந்தங்களோடு உறவு பேணுவதில்லை, எப்போதும் செல்போன், டேப்லெட்டில் கேம்ஸ் விளையாடுகிறார்கள், டிவி பார்க்கிறார்கள்’ என்பது உள்ளிட்ட புகார்களை இல்லந்தோறும் கேட்டுக்கொண்டுதான் இருக்கின்றோம்.

இதில் ஓரளவு உண்மையும் இருக்கின்றது. வெறும் புகார்கள், மனத்தாங்கல்கள் என்று மட்டும் எடுத்துக்கொள்ள முடியவில்லை. இப்போதைய பதின் வயதுப் பிள்ளைகளின் உலகம் நாம் பார்த்திராதது. அறிவியலும் தொழில்நுட்பமும் சார்ந்த உலகத்தினராய் அவர்கள் வளர்வதாலோ என்னவோ அருகாமை மனிதர்களோடு தொடர்பற்றுப்போய் விடுகிறார்கள்.

பதின்ம வயதின் மையத்திலிருந்தே அவர்களை அவர்களுக்கான பிரத்யேக உலகம் தனக்குள் வாரிச்சுருட்டிக் கொள்கிறது. கடந்த தலைமுறையினருக்கு மகிழ்ச்சியூட்டியாய் இருந்த பெரும்பாலான செயல்கள் எதுவும் இப்போது அவர்களுக்கு அவசியப்படுவதில்லை. அவர்களுக்கு

மகிழ்ச்சியூட்டும் பலவற்றில் எதுவும் பெரியவர்களுக்கு புரிவதில்லை; புலப்படுவதில்லை.

இந்த மனவருத்தமும் ஆதங்கமும் ஒரு பக்கம் இருக்கட்டும். ஆனால் இந்த மாதிரியான இடைவெளிகளை மட்டுமே கணக்கில் எடுத்துக்கொண்டு, பதின்வயதுப் பிள்ளைகளை ஒட்டுமொத்தமாய் எடை போடுதல் மாபெரும் குற்றமாய்த் தோன்றுகிறது. ஒருவகையில் அவர்கள் வேறு ஒரு அற்புத உலகத்தை வடிவமைத்துக் கொண்டிருக்கிறார்கள். அதை உணர்வதும் அறிவதும் அவசியமான ஒன்று.

*

காலை நான்கு மணி. பெரம்பூர் ரயில் நிலையத்தில் இறங்கினேன். ஏனோ அந்த அதிகாலையில் ரயில் நிலையத்தை வேடிக்கை பார்க்கத் தோன்றியது. நகரத்தின் அடர் காலைப் பொழுது இளமையான அமைதியை தன்னகத்தே கொண்டிருந்தது. பொள்ளாச்சியிலிருந்து சென்னை சென்ட்ரல் செல்லும் ரயில், வேகம் தணிந்து நின்று, தன் சுமையில் கொஞ்சம் இறக்கி வைக்கும் முகமாய் அமைதி காக்கிறது. ரயிலில் இருந்து இறங்கிச் செல்வோர் முகங்கள் ஒவ்வொன்றும் ஒவ்வொரு உணர்வுகளைச் சுமந்ததாய் இருக்கின்றன.

அவர்களிடையே வரிசையாய்ச் செல்லும் ஆட்டுக்குட்டிகள் போல் சிறுவர் படையொன்று நடைமேடையின் முன்புறத்திலிருந்து வருகின்றது. இருவராய் வரும் வரிசையில் முதல் ஆளாய் வருகிற சிறுவனின் கையில் அவன் உயரத்தில் பாதி அளவில் பெரிய கோப்பை ஒன்று இருக்கின்றது. எங்கோ விளையாட்டுப் போட்டிக்கு சென்று திரும்புகிறார்கள் எனப் புரிந்தது.

கோப்பையைச் சுமக்கும் சிறுவனின் பின்னால், இரண்டு சிறுவர்கள் எதிரெதிராய்த் திரும்பி இரண்டு கைகளையும் கோர்த்து ஒரு நாற்காலிபோல் அமைத்திருக்க, அந்த கைகளில் ஒரு சிறுவன் அமர்ந்து சிரித்தபடி இருக்கிறான். சுமப்பவர்களின் நடைக்கு ஏற்ப காற்றில் மிதப்பதுபோல் உயர்ந்து தணிகிறான். பார்த்த நொடியில் தம் அணியின் தலைவனைத் தூக்கி வருகிறார்களோ எனத் தோன்றியது. அணித் தலைவனை இப்படியெல்லாம் அதிகாலை நான்கு மணிக்கு ரயில் நிலையத்தில் தூக்கி வருவது அதிகப்படியான அலட்டல் என மனம் நினைக்கும்போதே என்னை அவர்கள் கடக்கிறார்கள்.

அவர்களின் கைகளில் அமர்ந்திருந்த சிறுவன் நான் பார்த்துக் கொண்டிருந்ததைக் கவனித்ததும் வெட்கமாய்ப் புன்னகைக்கிறான்.

அப்போதுதான் அவன் இடது கால் முட்டியில் தடிமனான கட்டு போடப்பட்டிருப்பதைக் காண்கிறேன். சில நொடிகளுக்கு முன்னாள் அலட்டல் என நினைத்த அவசரப்புத்திக்காக நான் வெட்கப்படுகிறேன்.

ஒரு வெற்றிக்குப் பிறகு, அந்த வெற்றியின் அடையாளமான ஒரு கோப்பையைத் தூக்கிச் செல்வதன் பெருமையைவிட, அணியில் காயமடைந்தவனை ஒரு பேரரசனைச் சுமந்து செல்வது போல் தூக்கிச்சென்ற அந்தப் பிள்ளைகளிடம் இருந்த பெருமை சொற்களுக்குள் அடங்காதது. அடக்கவும் கூடாதது.

*

மகிழினியை எல்லோருக்கும் பிடிக்கும். தன் வயதுக்கு மீறிய பக்குவம் கொண்ட பெண் அவள். எல்லோருடனும் ப்ரியம் பாவிப்பாள். எதையும் பார்த்துப் பார்த்துச் செய்வாள். நட்புகளை நளினமாகக் கையாள்வாள். அவள் அன்பு செலுத்தும் விதமும் அலாதியானது.

தன் அம்மாவை, தானும் ஒரு அம்மாபோல் நடத்துவாள். சாலைகளில் நடந்து போகுபோது அம்மாவைப் பத்திரமான திசைக்கு நகர்த்தி நடத்திச் செல்வாள். ஒருமுறை கனவு ஒன்றில் விழித்தழுத அம்மாவைப் பார்த்தவள், அன்றிலிருந்து அம்மா எப்போது புரண்டு படுத்தாலும், அதை அனிச்சையாய் உணர்ந்து மெல்லத் தட்டிக் கொடுப்பாள் அதில் தாய்மை உணர்வு வழிந்து பெருகும். யாரும் எப்போதும் எதிலும் முகம் சுழிக்க முடியாத ஒரு படைப்பு அவள்.

படிப்பில் திறமையாய் இருக்கும் அவள் எல்லாக் காலங்களிலும் மற்ற பிள்ளைகளுக்கு கல்வி குறித்த சந்தேகங்களைத் தீர்த்து வைப்பாள். அவளிடம் சந்தேகம் கேட்டுவிட்டால் எப்படியும் தீர்வு கிட்டிவிடும் எனும் நம்பிக்கையை எல்லோருக்கும் கொடுத்திருந்தாள். எப்போதும் அவளிடம் உதவி கேட்கலாம்; கேட்காவிட்டாலும் கூட வலியச் சென்று உதவுவாள்.

ஆமாம் மகிழினிக்கு இன்னொரு முகமும் உண்டு. அது தேர்வு அறைகளில் மட்டுமே வெளிப்படும் முகம். தேர்வு எழுதும்போது மட்டும் எப்போதும், பதில் தெரியாத யாருக்கும் காப்பியடிக்க உதவ மாட்டாள். அந்த ஒரு விஷயத்தில் அவளை உடனிருக்கும் நண்பர்களும், தோழிகளும் கசப்பாய் எதிர்கொள்வார்கள்.

"எல்லாத்திலும் நல்ல பிள்ளையா இருக்கே... ஏம்பாப்பா எக்ஸாம்ல மட்டும் அப்படி ஸ்ட்ரிக்டா நடந்துக்குறே?" என்ற

அம்மாவிடம், "அம்மா... நான் ஒருதடவை வேணா ஹெல்ப் பண்ணிடலாம், ஆனா நான் ஹெல்ப் பண்றதால ஒவ்வொரு முறையும் எக்ஸாம் ஹால்ல வேற யாராச்சும் ஹெல்ப் பண்ணுவாங்கனு எதிர்பார்ப்பு வந்துடாதா?. அந்த தப்பான எதிர்பார்ப்பு வர்றதுக்கு நான் காரணமா இருந்துடக்கூடாது. நான் அவங்களுக்கு உதவி செய்யலைங்ற கோபம் வேணா வந்துட்டுப் போகட்டும்... ஆனா நான் இப்படி உதவி செஞ்சுட்டா, அதுவே பழக்கமாயிடும். அந்த அர்த்தமில்லாத நம்பிக்கைய நான் தரத் தயாரில்ல" என்றாள்

அப்பா வீட்டுக்குள் நுழையும்போதே "என்னங்க... உங்க மக பண்ணின கூத்தக் கேட்டீங்ளா... அவங்க கெமிஸ்ட்ரி மிஸ் நொந்துட்டாங்களாம்" என்ற அம்மாவை குறுகுறுப்பாகப் பார்த்தாள் நந்திதா.

விஷயம் இதுதான். நடந்த முடிந்த முன்பருவத்தேர்வில் வேதியியல் பாடத்தில் முழு மதிப்பெண்ணாக ஐம்பது மதிப்பெண் பெற்றிருந்திருந்தாள் நந்திதா. வேதியியல் ஆசிரியை "நான் மூணு செக்‌ஷனுக்கு சப்ஜெட் எடுக்றேன். நீ ஒருத்திதான் ஃபிப்டி வாங்கியிருக்கே!" என மகிழ்ந்து பாராட்டி விடைத்தாளைக் கொடுத்திருக்கிறார்.

தன் இருக்கைக்குத் திரும்பிய நந்திதா, விடைத்தாளை முழுவதுமாகப் புரட்டிப் பார்த்துவிட்டு "மேம்... ஒரு மிஸ்டேக் பண்ணியிருக்கேன். நீங்க அதுக்கு மார்க் பிடிக்காம விட்டுட்டீங்க" எனச்சொல்லி அதற்கு கால் மதிப்பெண் கழிக்க வைத்திருக்கிறாள். மாலையில் அந்த ஆசிரியை நந்திதா அம்மாவை அழைத்து "என்னங்க உங்க பொண்ணு இப்படி இருக்கா!?" எனச் சொல்லியிருக்கிறார்.

"இவளுக்கு எதுக்குங்க தேவையில்லாத வேலை. அதான் அம்பது போட்டுட்டாங்ல்ல... அதை போய்ச் சொல்லி ஏன் குறைக்கனும்! இவளையெல்லாம் என்ன பண்றது போங்க" அம்மா நீட்டி முழக்க "நான் எழுதுனதுக்கு எனக்கு மார்க் போட்டா மட்டும் போதும்மா. தப்புக்கு போட்ட மார்க்க வச்சு ஐம்பது வாங்கி என்னாகப்போவுது" என்றாள் நந்திதா

மகளை வாரிக்கட்டிக் கொண்ட அப்பா "அம்முக்குட்டி! நீ நாப்பத்தஞ்சு என்ன... நாற்பது கூட வாங்கிக்கோ! இந்த நேர்மை இருக்கு பாரு... அது உன்னை எங்கியோ கொண்டு போய்டும்" என்றார்.

*

புன்னகையோடு தம் விளையாட்டுத் தோழனை பல்லக்கு போல் சுமந்து சென்றவர்களும், 'காப்பி அடிக்கவிட மாட்டேன்' என உரத்து நிற்கும் மகிழினியும்... தனக்கு பெரும் சாதனையாக, பாராட்டுக்குரியதாக, சதமாகக் கிடைத்த முழு மதிப்பெண்ணை, தான் செய்திருந்த தவறை எடுத்துக்காட்டி விட்டுக்கொடுத்து நிமிர்ந்து நிற்கும் நந்திதாவும்... இவர்களில் எவரும் வளர்ந்து, ஆயிரமாயிரம் அனுபவங்கள் பெற்றிருக்கும் பெரியவர்கள் கிடையாது. வெறும் பதின் வயது பிள்ளைகள் மட்டுமே.

சக தோழனைச் சுமந்து உதவுவதற்கும், பகையே வரினும் தம் கொள்கையில் உறுதியைக் கடைபிடிப்பதற்கும், தனக்கு உரிமையில்லாதது தனக்கு வரவேண்டியதில்லை என்பதில் தெளிவாக இருப்பதற்கும் வயது பெரிதாகத் தேவைப்படவில்லை. வலிமையான மனதும் நல்ல சிந்தனையும் போதும்.

எப்போதும் பதின் வயதுப் பிள்ளைகளைக் குறை சொல்லும் பெரியவர்களிடம், உதவும் குணமும், அந்த உறுதியும், நேர்மையும் எந்த அளவிற்கு இருக்கிறதென்பதும் ஆய்வுக்குரிய ஒன்றுதான். மனதில் நெகிழ்வும், உறுதியும் வலிமையும் மிகுந்து நிற்கும் இந்தப் பதின்வயதுப் பிள்ளைகள், நாம் கண்டு மகிழ வேண்டிய உதாரணங்கள். சிலபல வேளைகளில் நமக்கு ஆகச்சிறந்த வழிகாட்டிகளும் கூட!

பிள்ளைகள் பல நேரங்களில் பெயரிடப்படாத புத்தகமாய் நம்மிடம் வழங்கப்படுகிறார்கள். அப்படியான தருணங்களில் நாமாக அந்தப் புத்தகங்களுக்கு ஒரு பெயர் சூட்டிக் கொண்டு வாசிக்கத் துவங்கி விடுகிறோம். நம்மில் எத்தனை பேருக்கு பெயரிடப்படாத புத்தகத்தை முழுவதும் வாசித்துவிட்டு, பெயர் சூட்டும் நிதானமும், தெளிவும், பக்குவமும் இருக்கின்றது?.

"நம் தோழி" ஆகஸ்ட் - 2016

மனசு பத்திரம்

வாழ்வதற்காகவே பிறந்த மனிதர்களுக்கு வாழ்வதில் இருக்கும் முக்கியமான சிக்கலே, சக மனிதர்களைக் கையாள்வதுதான். மனித இனம் தோன்றி ஆயிரமாயிரம் ஆண்டுகள் ஆன பின்பும்கூட மனிதர்களுக்கு மனிதர்களைக் கையாள்வது மிகப்பெரிய சவாலாக இருப்பதை மறுக்க முடிவதில்லை.

உலகில் பல நூறு கோடி மக்கள் இருந்தாலும் அவர்களில் இயற்கை புரிந்திருக்கும் மாயம் வியப்பிற்குரியது. இரட்டைப் பிறவிகளாகப் பிறந்தவர்களில்கூட பெற்றோர்களே கண்டுபிடித்துவிட முடியாத அளவிற்கு உடலமைப்பில் அரிதாக ஒற்றுமை கொண்டவர்களைக்கூட கண்டுவிடலாம். ஆனால் கருவிழிப் பதிவு மற்றும் கைரேகை ஒத்திருக்கும் மனிதர்களை இயற்கை படைக்காதது போலவே, ஒத்த மனம் வாய்த்தவர்களும் படைக்கப்படவேயில்லை.

'அவர்கள் நம்மைப் போல் இருந்தால் நன்றாக இருக்குமே!' என்பதில்தான் அத்தனை சிக்கல்களும் உருவாகின்றன எனத் தெரிந்தாலும் அப்படியான ஒரு எதிர்பார்ப்பை நாம் வைத்திருப்பதுதான் பல துன்பங்களுக்கும் காரணமாய் இருக்கின்றது.

இரவு பத்தரை மணி நாகர்கோவில் செல்லும் ரயில். என்னுடைய முன்பதிவு படுக்கை எண் 39, அதாவது பக்கவாட்டில் கீழ் படுக்கை. நான் மதுரையில் இரவு இரண்டு மணிக்கு இறங்க வேண்டியவன்.

என்னருகில் வந்த ஒரு பெண் “அண்ணா என்னோடது 38, அப்பர் பெர்த், நீங்க எடுத்துக்குங்க. நான் இத எடுத்துக்குறேன்” என்றார்

“நான் மதுரைல ரெண்டு மணிக்கு இறங்கனும். இன்னும் மூன்றரை மணி நேரம் தாங்க இருக்கு.அங்கே படுத்தா தூங்கிடுவனே”

“நான் அதுவரைக்கும் முழிச்சிருந்து உங்கள எழுப்பியுடறேன்”

“நீங்க எங்க போகனும்?”

“நாகர்கோயில்”

“நாகர்கோயில் காலை ஆறு மணிக்கு மேலதானே போவும். ஏன் எனக்காக முழிச்சிருந்து சிரமப்படுறீங்க. உங்க பர்த்ல படுத்து ட்ரெய்ன் நிக்கிற வரைக்கும் கஷ்டப்படாமல் தூங்குங்க”

“ப்ளீஸ்ங்ண்ணா... இந்த பெர்த் கொஞ்சம் கொடுங்களேன்” உதவி கேட்கும்போது வெளிப்படும் அதீத அசட்டுச் சிரிப்பும் கெஞ்சலும்.

அந்தக் கெஞ்சல் என்னைக் கொஞ்சம் திடுக்கிட வைத்தது. சரியெனப் படுக்கை விரிப்போடு மேலே ஏற யத்தனிக்கும்போது, படுக்கை முனையில் ஒரு அழுக்குத் துணி கிடந்தது. யோசனையோடு எட்டிப்பார்க்க, அந்தப் படுக்கை முழுதும் கறுப்பாக மையால் மெழுகிவிட்டது போல் இருந்தது. கையால் தொட்டுப்பார்க்க பிசுபிசுத்தது.

கீழே இறங்கி “பர்த் முழுக்க மை பூசின மாதிரி அழுக்கா இருக்குங்க”

“அப்ப என்ன பண்ண... தொடைக்க முடியாதா?” என்றார்

“ரொம்ப அழுக்கா இருக்கு. யாரோ தொடைச்சிட்டுத்தான் துணிய போட்டிருக்காங்க”

“அப்ப என்ன பண்ண?”

“டிடிஈ வரும்போது அவர்கிட்டச் சொல்லுங்க. வேற பெர்த் மாத்தித் தருவார்”

அதைப் படம் எடுத்து இரயில்வே மந்திரிக்கு ட்விட்டரில் இணைக்கலாமா எனத் தோன்றியது... சரி டிடிஈ வரட்டும் என நானும் காத்திருந்தேன். ரயில் புறப்பட்டு அரை மணி நேரமாகியும் டிடிஈ வரவில்லை. அந்தப் பெண் எனக்கான படுக்கையில் ஒரு பக்கம் முழுதும் நிரம்பி அமர்ந்திருந்தார். என் உரிமை

குறித்து கிஞ்சித்தும் கவலைப் படவில்லை. மற்ற பயணிகள் உறங்கத் துவங்கியிருந்தனர். நான் மதுரையில் இறங்கி பேருந்தில் தொடரவேண்டிய பயணம் என்பதால், இருக்கும் மூன்று மணி நேரத்தில் தூங்கிவிடுவது முக்கியம் என மூளைக்குள் ஒலித்துக் கொண்டேயிருந்தது.

தன் பயணச்சீட்டை ஆராய்ந்து கொண்டிருந்த அந்தப் பெண் என்னை நோக்கி, "உங்க சீட் நெம்பர் என்ன!?" எனக் கேட்ட போது, குரலில் அதிகாரமும், பரவசமும் மிகுந்திருந்தது.

"39"

"இங்க பாருங்க... என்னோடதுதான் 39. நீங்க உங்க சீட்டுக்கு போங்க" என தன் பயணச்சீட்டை நீட்டிபடி சட்டென எழுந்து நின்று என்னை விரட்டும் மனநிலையில் இருந்தார்

நிதானமாக அவர் பயணச்சீட்டை வாங்கிக்கொண்டு... "எப்படிங்க... உதவி செய்ங்கனு கேட்டப்ப ஒரு மொகமும், திடீர்னு இப்ப ஒரு மொகமும் காட்ட முடியுது" என்றேன்

"அதெல்லாம் ஒண்ணுமில்ல... உங்க சீட் எதோ, அதுக்குப் போங்க"

"நான் போறது இருக்கட்டும்... டிக்கெட்ல இருக்கிற இந்த 39 உங்க வயசா இல்ல பெர்த் நெம்பரானு விவரம் தெரிஞ்சவங்க யாரும் இருந்தா கேட்டுட்டு வந்து அதிகாரம் செய்ங்க, அதன்பிறகு நான் என்ன செய்யனும்னு யோசிக்கிறேன்" என்றபடி என் படுக்கையை நான் ஆக்கிரமித்துக் கொண்டேன்.

சில நிமிடங்களில் அந்தப் பெண் தன் முகத்தை, நடவடிக்கையை மாற்றியமைத்த விதம் கடும் ஆச்சரியத்தைக் கொடுத்தது. உதவியாகக் கேட்ட தருணத்தில் கொண்டிருந்த முகபாவனையும் மற்றும் கெஞ்சலும், பயணச்சீட்டில் இருந்த வயதை, படுக்கை எண்ணாகக் குழப்பிக்கொண்டு அதிகாரமாய் உரிமை கோர முயன்ற தருணத்தில் காட்டிய முகபாவனைக்கும் இடையே இருந்த வித்தியாசம்... இது எல்லோருக்கும் கை வந்துவிடும் கலை அல்ல. அதற்கென்ற சிறப்பு வடிவம் பெற்றவர்களுக்கு மட்டுமே உரித்தானது எனச் சொல்லலாம். அப்படியான தருணங்களில் இதுவும் மனிதர்களின் இயல்பு எனப் புரிந்துகொள்ள முடிகின்றது.

அந்தப் பெண் சட்டென அதிகாரத்தையும், உரிமையையும் செலுத்த முயன்றபோது, நான் சற்று நிதானமாக இருந்ததும் கூட ஒருவகையில் ஆச்சரியம்தான். நிதானம் தவறியிருந்தால் என் பதில் எவ்விதமாக இருந்திருக்கும் என யோசிக்கையில்,

கடினமான சில சொற்கள் மனதிற்குள் நீந்தத் துவங்கின. அந்தச் சொற்களை மனதில் உலவ விட அவை தடித்து வலிமை மிகு சொற்களாக மாறத்துவங்கின. அந்தப் பெண் மேல் அதுவரையிலும் இல்லாத ஒரு கோபமான, வெறுப்பான மனநிலை மெல்ல படரத்தொடங்கியது.

அன்றாடம் இதுபோன்ற சூழல்களில் எவ்வளவுதான் நிதானம் கடைபிடித்தாலும் அல்லது கடைபிடிப்பதுபோல் பாவனைகள் செய்து பழகிப்போயிருந்தாலும், சில நேரங்களில் மனதிற்குள் வன்மம் குடியேறுவதைத் தவிர்க்க முடிவதில்லை. அப்படிக் குடியேறும் சமயங்களில் அது வன்மம்தான் என இனம் கண்டுவிட்டால், சற்றுக் கூடுதல் பிரயத்தனமெடுத்து உதறித்தள்ளிவிட முடிகிறது. அப்படியும் உதற முடியாமல் சேர்ந்திருப்பவைகளை அகற்றுவதற்கு இரவின் நீள் உறக்கம் மிகச்சிறந்த வழி. ஆழ்ந்த உறக்கத்தின் பின்னே பல நேரங்களில் ‘உறக்கத்திற்கு முன்பு மனதை எது ஆட்சி செய்தது?’ என்பதைக்கூட நினைவடுக்கிலிருந்து தேடித்தான் எடுக்க வேண்டும்.

அப்படியும் உறக்கத்தில் கரைக்க முடியாத வன்மம் இருந்தால், அதைக் கரைக்க எளிதாக பிறிதொரு வழியிருக்கிறது. விடியற்பொழுதிலும் ஏதேனும் கரையா வன்மம் மனதிற்குள் தங்கியிருந்தால் பெரிதாக ஒன்றும் கவலைப்படாதீர்கள். அப்படி மனதிற்குள் இருப்பதை உணர்ந்திருப்பதே நல்லதொரு சமிக்ஞைதான். உள்ளுக்குள் ஒட்டியிருக்கும் வன்மம் கவலை கொள்ளுமளவிற்கு ஆபத்தானதில்லை. எழுந்தவுடன் நிதானமாக பல் துலக்கி, முகம் கழுவி, போதுமான அளவு தண்ணீர் பருகிவிட்டு, உடலை சில உடற்பயிற்சிகள் செய்து மெல்ல இலகுவாக்குங்கள். நடப்பதற்குத் தோதான காலணியை அணிந்துகொள்ளுங்கள். வீட்டைவிட்டு வெளியே வீதிக்கு வாருங்கள். ஏதுவான ஏதேனும் ஒரு திசையைத் தேர்ந்தெடுத்து நடக்கத் துவங்குகள். அருகிலிருக்கும் மரத்திலிருந்து ஏதேனும் பறவைகள் சப்தமிடுவதை விரும்பி உள்வாங்குங்கள். நடையின் வேகத்தில் திடமும், ஆற்றலும் கூட்டுங்கள். அப்படி நடக்கையில் எப்போது சுவாசம் உள் மற்றும் வெளியே நிகழ்கிறதெனக் கவனியுங்கள்.

மெல்ல நடையிலிருந்து ஓட்டத்திற்கு மாறிப் பாருங்கள். மிதமான வேகத்தில் தொடர்ந்து ஓடுங்கள், முடிகின்ற வரையில் ஓடுங்கள், முடியாவிட்டாலும் முடியுமென ஓடுங்கள். உடல்,மனம் இதில் இரண்டும் ஒருசேர ஒத்துழைப்பை நிறுத்தும் வரையில் ஓடுங்கள். ஓய்ந்து நிற்கையில், நீங்கள் எதிர்பாராத மற்றும் நம்ப முடியாத அளவிற்கு வியர்த்துப் பொங்கத் துவங்கும். இப்போது

சொல்லுங்கள் அந்த வியர்வையில் கரையாத முந்தைய தினத்து வன்மம் ஏது!?

உண்மையில் இன்னொருவர் மேல் நாம் செலுத்த அல்லது கொள்ள விரும்பும் கோபம் மற்றும் வன்மத்தை, விரும்பிய வண்ணம் அவர்கள் மேல் செலுத்தி விடுவதைவிட, நமக்குள் அதிகமாகச் சுமப்பதுதான் நிகழ்கிறது. அந்த வன்மமும், கோபமும் எந்நேரமும் எரிந்து கொண்டிருக்கும் அக்னி. சில சூழல்களில் அது கதகதப்பாகவும், தீர்மானத்தை நோக்கி நகர்த்துவதாகவும், வேண்டியதாகவும்கூட இருக்கலாம். ஆனால் தொடர்ந்து அது சுடர் விட்டபடியிருப்பது நம்மை எரித்து அடங்குவதற்குத்தான்.

'எல்லாத்துக்கும் மனசுதான் காரணம்' என்ற சமாதானம் எத்தனை அழகியது அல்லது எளியது.

மனசு பத்திரம்.

"நம்தோழி" செப்டம்பர் - 2016

மரபணுவில் மிச்சமிருக்கும் குரங்கின் பிரியம்

மனிதர்களுக்கிடையே உறவுகள் பூக்கும் தருணம் எத்தனை அழகானது என்பது அந்தத் தருணத்தைச் சரியாக உணர்பவர்களுக்கு மட்டுமே தெரியும். விதையொன்று தன் உடல் பிளந்து, மண் கிழித்து, வான் நோக்கி வரும் தருணம் போல், மொட்டொன்று மலராகத் தன் உடல் விரிக்கும் தருணம் போல், மகத்தானது அந்தத் தருணம். சிந்தனையில் ஒத்திருப்பவர்கள், ஒரே திசையில் நாட்டம் மிக்கவர்கள், விவாதங்களில் இனம் காண்போர், தனிப்பட்ட தம் திறன் மூலம் வியப்பேற்படுத்துபவர், ஒரே இனம் மற்றும் மண்ணைச் சார்ந்தோர் என்பதுள்ளிட்ட எத்தனையோ காரணங்கள் ஒருவரையொருவர் இணைக்க இங்கிருக்கின்றன.

'இந்த தொழில்நுட்ப யுகம் மனிதர்களை மனிதர்களிடமிருந்து பிரிக்கிறது' என்ற குற்றச்சாட்டு இங்குண்டு. 'மனிதர்களின் பங்களிப்பை, தேவையைத் தவிர்க்கும் வகைகளில் இப்படிப்பட்ட தொழில்நுட்பங்கள் மனிதர்களை வெகுவாகத் தனிமைப் படுத்துகின்றன' என்பதற்குப் பலவிதமான வாதங்கள் வைக்கப் படுவதுண்டு. 'இந்தத் தொழில்நுட்ப வளர்ச்சி ஏற்படாமல் போயிருந்தால் சிலரின் விரல்களோடு இருந்த பிணைப்பை, நாம் தவற விட்டிருக்க மாட்டோம்' என்ற வாதம் ஒரு வகையில் சரியென்பது போலவும் தோன்றும்.

அதே நேரம் 'இந்தத் தொழில்நுட்பம் இல்லாமல் போயிருந்தால் பலரின் விரல்களோடு கொண்டிருக்கும் பிணைப்பை அடைந்திருக்கவே மாட்டோம்' என்பதையும் ஒப்புக்கொள்ளத்தான்

வேண்டும். கற்பனை செய்து பார்த்திருக்க முடியாத அளவிற்கு வெகு எளிதாக மனிதர்களோடு மனிதர்களை இணைத்து வைக்கின்றது. தெரியாத திசைகளிலிருந்து, அறியப்படாத ஊர்களிலிருந்து இந்த யுகம் நமக்கு அளித்திருக்கும் உறவுகளை இதனின்றி எப்படி நாம் அனுபவப்பட்டிருக்க முடியும்?!.

விமானப் பயணமொன்றில் பணியாளர்களாய் இருந்த இருவருக்குமிடையே நட்பு பூத்த தருணம், அது காதலாகக் கனிந்த தருணம், அதை உணர்ந்த விதம், காத்திருந்து அதைப் பகிர்ந்துகொண்ட தருணம் குறித்து மும்பையின் மாந்தர்கள் ஃபேஸ்புக் பக்கத்தில் வாசித்த பதிவொன்றினை இங்கு பகிர விரும்புகிறேன்...

"2013ம் ஆண்டில் விமானமொன்றில் பணியாளர்களாய்ப் பறந்து கொண்டிருந்த போது நாங்கள் சந்தித்தோம். நான்கு மணி நேரப்பயணமாக இருந்தாலும் அது சிறப்பானது. இறங்கும்போது அவளிடம் தொடர்பு எண் கேட்டேன். பேசத் துவங்கினோம், அதன்பின் நிறையப் பேசினோம். அவளோடு உரையாடுவது இலகுவானது. இரவு உரையாடல்கள் விடியல் வரை நீண்டதை உணர்ந்ததில்லை. அவள் மீது காதல் கொண்டிருப்பதை உணர்ந்த தருணத்தில் நான் கத்தாரிலும், அவள் மும்பையிலும் இருந்ததால், அடுத்து நாங்கள் எப்போது சந்திப்போம் என்பது கூடத் தெரியது

அதனால் எப்போதாவது சந்தித்துக் கொள்ளலாம் என்ற முடிவில் வேலையில் மூழ்கிப் போனோம். சமீப காலமாய்ப் பேசாதிருந்த சூழலில் கடந்த ஆண்டு அவளை நான் ஃபேஸ்புக்கில் கண்டு, மும்பைக்கு நான்கு நாட்கள் வருவதாகவும் அப்போது சந்திக்க விரும்புவதாகவும் செய்தி அனுப்பினேன். சந்திக்கப் போகிறோம் எனும் நினைப்பு மகிழ்ச்சியூட்டியது. சந்தித்து இரண்டாண்டுகள் இருந்தாலும், அவளை நெருக்கமாக உணர்ந்தேன். நான் நான்கு நாட்கள் மும்பையிலிருந்தாலும், அவளுக்கு விமானம் பிடிக்க வேண்டிய சூழல் இருந்ததால், ஐந்து நிமிட நேரத்திற்கேனும் சந்திக்க விரும்பினேன்.

அவளுடைய வீட்டிற்குச் சென்றேன். இரண்டு ஆண்டுகள் கழித்து முதன்முறையாக அவளைச் சந்தித்த ஐந்து நிமிட அவகாசத்தில் "எதையும் சிக்கலாக்க விரும்பவில்லை, உன்னைத் திருமணம் செய்துகொள்ள விரும்புகிறேன்" என்று சொன்னேன். அவள் அதிர்ச்சியடைந்தாள், இதையெல்லாம் கடந்து விட்டதாக நினைத்திருந்தாள். அப்போது அவள் அதிகம் பேசாமல் சென்றாலும் விமானம் ஏறும் முன் தன் ஒப்புதலைச் சொன்னாள். எங்கள் பயணத்தில் இடைவெளி நீண்டதாக இருந்தாலும்,

யாரையும் இவ்வளவு நெருக்கமாக உணர்ந்ததில்லை. அடுத்த முறை சந்தித்தபோது, எங்கள் முதல் பயண இருக்கைகளைக் குறிக்கும் வகையில் "எல்2 லவ்ஸ் ஆர்3" எனச் செதுக்கப்பட்ட மோதிரத்தை பரிசளித்தேன். நாங்கள் மீண்டும் இந்த வாரம் விமானங்கள் பிடிக்க வேண்டும், ஆனால் ஏரோபிளான் மோடில் தான் இப்போதைக்கு இருக்க வேண்டும். இந்த இடைவெளி நிரந்தரமான ஒரு முடிவையெட்ட வேண்டுமென்றால்லாம் நான் காத்திருக்க முடியாது..."

இந்தப் பகிர்வினூடே அவர்களின் ஒவ்வொரு தருணங்களையும் மனதில் காட்சிப்படுத்தும்போது, மனித வாழ்க்கை தன்னுள் வைத்திருக்கும் சுவாரஸ்யங்கள் குறித்த பிரமிப்பு அகன்று விரிந்தது. இதுபோல் நம் பார்வைக்கு எட்டாமல், பகிரப்படாமல் விடுபட்டிருக்கும் உறவுகள் குறித்த கதைகள் கோடானு கோடி இருக்கலாம்.

இது தகவல் தொழில்நுட்ப யுகம் என்பது போலவே, உறவுகளுக்கான யுகமென்றும் கருதத் தோன்றுகிறது. இப்படி எட்டும் நட்புகளில் வயதுக்கும், சூழலுக்கும் ஏற்ப சில ரசங்கள் கூடியோ குறைந்தோ இருப்பதுமுண்டு. அறிதல்களில், பழக்க வழக்கங்களில், விருப்பு வெறுப்புகளில், கொள்கைகளில் இணங்கவும், முரண்படவும் பல தருணங்கள் அமையும்.

மனித உறவின் கதகதப்பு இளைப்பாறலுக்கான களம். இளைப்பாறல் இல்லாமல் ஓடிக்கொண்டேயிருத்தல் இயலுமா, இயலாதா என்பதைவிட அதற்கான அவசியங்கள் என்ன என்பதைத் தெரிந்துகொள்தல் நலம்.

இந்த யுகம் மனிதர்களை எளிதாக எட்டிப்பிடிப்பதற்கும், வெட்டிவிடுவதற்குமான காலம். அன்பினைப் பகிர்ந்துகொள்ள நளினமான ஆயிரமாயிரம் வழிகள். விதவிதமான மனிதர்களை, அவர்களின் மனநிலைகளை, குணங்களை வாசிக்க மிக நிறைவான வாய்ப்புகளும் ஏராளம்.

இப்படியாக உருவாகும் உறவுகளில் தீபத்தின் உள்ளேயிருக்கும் இருள் போலே, மிக நுண்ணிய கசப்பான அனுபவங்கள் எப்போதாவது ஏற்படுவதை நாம் தவிர்க்கவும் முடியாது. திட்டமிட்டுக் களம் கண்டு மற்றவரை வஞ்சிக்கவும் இந்த மெய்நிகர் உலகம் ஏராளமான வாய்ப்புகளை மிக எளிதாக அள்ளித்தருகின்றது. நம்புதவதற்கு நிகராகக் கவனமாக இருப்பதும், சந்தேகிப்பதற்கு நிகராக மனிதத்தின் மேல் நம்பிக்கை கொள்வதும் அவசியம்.

எவ்வகையிலேனும் மனிதர்களுடனான உறவை, பிணைப்பை நாம் உறுதிசெய்து கொண்டே இருத்தல் நலம். மனிதர்கள் இல்லாத வாழ்க்கையின் வெட்டவெளி சில நேரங்களில் ஆசுவாசம் தருவதாயினும் பல நேரங்களில் அச்சமூட்டக்கூடியது. அந்த மௌனத்தின் பேரிரைச்சல் எத்தகையது என்பது அனுபவிக்கிறவர்களுக்கே தெரியும்.

உறவுகள் துண்டுபடும், துண்டிக்கப்படும் நேரம் எத்தனை வாதை நிரம்பியது என்பதையும் அனுபவிக்கிறவர்கள் மட்டுமே அறிவர். உறவுகளுக்குள் பிரியமும் பிணக்கும் போட்டி போட்டுக் கொண்டேயிருக்கும், சில பிணக்குகள் உறவினைப் பலப்படுத்தும், சில பிணக்குகள் உறவினைத் துண்டாடும். பிணக்கின் பொருட்டு, பிரிதலின் பொருட்டு உறவினைக் கொச்சைப்படுத்துவது என்பது இந்த யுகம் வழங்கியிருக்கும் மிக எளிமையான சாபங்களில் ஒன்று. மனிதம் ஆழக் குழி தோண்டி புதைக்கப்பட்டு, அதன் மேல் வெறுப்பின் விதைகள் தூவி, உணர்வுகளை உணவாய்ப் படைத்து கொழுத்துச் செழித்து வளர்க்க வைப்பதும் எளிது.

*

பரபரப்பைச் சற்றும் தொலைக்க மறுக்கும் ஒரு வார நாளின் மாலைப் பொழுது. எதிரெதிரே நெருக்கியபடியும், உரசியபடியும் வாகனங்கள் நகர்ந்து கொண்டிருக்கின்றன. ஆக்ஸ்போர்ட் ஹோட்டல் வாசல் முன்பு பரபரக்கிறது கூட்டம். இரு சக்கர வாகனங்களில் நின்றபடியே சிலர், நெரிசல் குறித்துக் கிஞ்சித்தும் கவலை கொள்ளாத பலர் என சரசரவென கூட்டம் குவிகிறது. கூட்டத்தில் பல கைகள் தங்கள் அலைபேசியை உயரப் பிடித்து நிழற்படமும், காணொளியும் பதிவு செய்வதில் முனைப்பாய் இருக்க, கூட்டம் நோக்கும் திசையை நானும் பார்க்கிறேன், முகப்புச் சுவரின் மீது ஒரு குரங்கு அமர்ந்திருக்கின்றது.

'பரபரப்பான இந்தப் பகுதியில் குரங்கிருக்கிறதா!?' எனும் ஆச்சரியத்தோடும், 'ஒரு குரங்கைப் பார்க்கவா இத்தனை கூட்டம் கூடுகிறது!?' எனும் யோசனையோடும் கைபேசிகளில் பிடிபடும் குரங்கைக் கவனித்தேன். குரங்கின் அடிவயிற்றோடு ஒட்டிப்பிணைந்தபடி ஒரு கறுப்பு நாய்க்குட்டி. அதை இந்தக் கணத்தில் நாய்க்குட்டியாகக் காண்பதைவிட, குழந்தையென்றே பாவிக்கத் தோன்றுகிறது. மனிதர்களையும், அவர்கள் கையில் நடுங்கியபடி தன்னை நோக்கும் கைபேசிக் குவியலையையும் சற்றும் பொருட்படுத்தாமல் ஒரு கையைச் சுவற்றில் ஊன்றியபடி,

வயிற்றோடு ஒட்டியிருக்கும், நாய்க்குட்டியை மறுகையால் தடவிக் கொண்டிருக்கிறது குரங்கு.

மனிதனுக்குக் கொடுத்தனுப்பியது போக, தன் மரபணுவில் பிரத்யேகமாக மிச்சம் வைத்திருக்கும் குரங்கின் சேமிப்பிலிருந்து வழியும் அந்தப் பிரியத்தைக் காண ஆச்சரியத்தில் மனம் மலர்கிறது. மன மலர்ச்சியை உணரும் தருணம் சிலிர்ப்பூட்டும் அனுபவம். பார்க்கும் எவருக்கும் தானொரு நாய்க்குட்டியாக மாறி குரங்கின் வயிற்றோடு அப்பிக்கொள்ள மாட்டோமா எனும் ஏக்கமூட்டும் தருணம்

அன்பும், உறவும் வழக்கமான வழியோ, மெய்நிகர் வழியோ... எவ்வழிப்பட்டதாயின் என்ன...!? வாழ்நாளில் ஒரே ஒருமுறையேனும், அப்படியான அன்பை, வருடலை, அதைக் கோரும் யாரிடமேனும், நாய்க்குட்டியை வருடும் குரங்குபோல் நான் வழங்கிவிட்டால் போதுமென அந்தக் காட்சி நினைவுக்குள் வரும்பொழுதெல்லாம் தோன்றுகிறது.

"நம்தோழி" அக்டோபர் - 2016

தோற்றுப்போகும் ருசி மொட்டுகளும் அன்பும்

சுவாரஸ்யமான அரட்டையையும் மீறிப் பசித்திருந்த வேளை. நண்பர் வீட்டில் தேநீரோடு, மென் சிவப்பு நிறத்தில் வட்ட வடிவ க்ரீம் பிஸ்கெட்கள் சிலவற்றை ஒரு தட்டில் நிரப்பிப் பரிமாறினார்கள். பசிக்குத் தோதாக பிஸ்கெட்கள் கவர்ச்சிகரமாய்த் தெரிந்தன. தொலைக்காட்சி விளம்பரங்களில் தூள் பறத்தும் பிஸ்கெட் வகை அது. எடுத்துச் சுவைத்தேன். நீட்டி முழக்கிச் சொல்ல வேண்டியதில்லை, ஒற்றை வரியில் “இதையெல்லாம் மனுசந்திம்பானா!?” என்பது போன்ற சகிக்க முடியாதொரு சுவை.

அந்த நெருடலை என் உடல் மொழியிலிருந்து கவனித்துவிட்ட நண்பர் “என்னாச்சு” என்றார். விருந்தோம்பல் இங்கிதம் என்பதையும் தாண்டி... புரிதலுள்ள நட்பு என்பதால் “என்னங்க டேஸ்ட் இது... ஷ்ஷப்பா... கொடுமையால்ல இருக்கு!?” என்றேன். அந்தப் புள்ளியில் நாங்கள் இன்னும் நெருங்கிப்போனோம். “நமக்கு சகிக்கல, ஆனா புள்ளைங்க இதத்தானே திங்குதுங்க” என்றார்

நண்பரின் பத்து வயது மகனின் மிகப் பிடித்தமான பிஸ்கெட் அது. எது இல்லையென்றாலும் பிரச்சனையில்லை, அந்த பிஸ்கெட் இல்லாவிடில் வீடு ரணகளமாகிவிடும். அன்பு எனும் நிலைப்பாட்டில் குடும்பம் அஞ்சுகிறது. பிள்ளைகளுக்கு பிடித்தது எனும் அடிப்படையில் எதையும் வாங்கித் தந்துவிடுவது அன்பென்றாகி வெகுகாலமாகி விட்டது.

இப்படியான சகிக்க முடியாத சுவையில் பிஸ்கெட் தயாரிப்பது யாருடைய தேர்வு. அதுவும்

குழந்தைகளை இலக்காக வைத்து ஒரு பிஸ்கெட்டை எந்த அடிப்படை அறத்தோடு தயாரிக்கிறார்கள்? உண்மையிலேயே பிள்ளைகளின் நாக்கு காலப்போக்கில் இந்த மாதிரியான ருசியை விரும்பும் அளவிற்கு மாறிப்போய்விட்டனவா அல்லது தங்கள் வியாபாரத்திற்காக பிள்ளைகளிடம் விளம்பரங்கள் மூலம் அந்த ருசியைக் கொண்டு சேர்ப்பித்துவிட்டனரா?

ஓடிவந்து தட்டிலிருக்கும் பிஸ்கெட்டை எடுத்து இரண்டாகப் பிரித்து க்ரீமை நாக்கில் அப்பி, கைகளில் எச்சில் வழிய ருசித்துண்ணும் நண்பரின் மகளைப் பார்க்கிறேன். ருசியில் ஒவ்வொரு தலைமுறைகளுக்கு இடையே எப்படி இத்தனை பெரிய வேறுபாடு எனும் சிந்தனையின் நீட்சியாய் என் பால்யத்திற்குள் பயணப்படுகிறேன்.

கால் நூற்றாண்டு காலத்துக்கு முந்தைய நகர்ப்புற வாழ்வியலில் பிள்ளைகளுக்குக் கிடைத்த நொறுக்குத் தீனிகள் எவையென்று நான் அறிந்திருக்கவில்லை. என் வாழ்வியல் சார்ந்த கிராம வாழ்க்கையில் எங்களுக்கு கிடைத்த ஒவ்வொன்றும் தனிச்சிறப்பு கொண்டவை. இப்போது போன்ற சந்தைப்படுத்தல்கள் அப்போது கிடையவே கிடையாது.

சந்தைக்கோ, திருவிழாவிற்கோ சென்றால் மட்டுமே குறிப்பிட்ட சில உணவுப் பண்டங்கள் வாங்கி வருவார்கள். மற்றபடி வீட்டில் இருப்பது, வயலில் கிடைப்பதையொட்டியே தேவைகளைச் சமாளித்துக்கொள்ள வேண்டும்

எண்ணை வித்துக்களாக இருப்பினும், அவற்றில் ஒவ்வொருவரையும் கவர்ந்திருப்பது கடலையும் எள்ளும்தான். கடலை என்பது எண்ணெய் தயாரிக்கப் பயன்படுத்தப்படும் வேர்க்கடலை அல்லது நிலக்கடலை. கடலையின் ருசியில் போதுமென நிறைவடைந்து திருப்தியடைவது இன்றளவும் எனக்குச் சாத்தியப்படவேயில்லை. கடலையை எல்லாப் பதங்களிலும் நம்மால் ருசிக்க முடியும்.

விளைந்து அறுவடைக்குத் தயாராக இருக்கும் பருவத்தில் செடியோடு பிடுங்கி பச்சைக் காய்களை நெருப்பில் சுட்டு ருசிக்கலாம். காய்கள் எரிந்தும் எரியாமலும் இருக்க, உள்ளே புழுங்கி வெந்து புகை மணக்கும் பச்சை கடலையின் ருசி நினைத்தாலே நாவில் எச்சில் சுரக்கவைக்கும். அடுத்து பறித்த காய்களை வேக வைத்துச் சாப்பிடலாம். வேக வைத்த கடலை சூடாக, ஆறவைத்து மற்றும் அடுத்த நாள் சற்று உலர்ந்த நிலையில்

என ஒவ்வொரு தருணங்களில் ஒவ்வொரு ருசியூட்டும் தன்மை கொண்டது.

உலர்த்தி, பதப்படுத்திய காய்களை இரண்டு விதங்களில் சுவைக்கப் பயன்படுத்தலாம். ஒன்று இரும்பு வாணலியில் வறுப்பது. மற்றொன்று நெருப்பில் கொட்டி எரிந்து போகாமல் பதமாக எடுப்பது. இவைகளில் வறுபட்ட பருப்பு இரண்டு சுவைகளில் கிடைக்கும். அடுத்தது பருப்பினைத் தனியாகப் பிரித்து பச்சையாகவோ, வறுத்தோ உண்ணலாம். இவற்றில் கடலையுடன் கடித்துக்கொள்ள வெல்லமோ, கருப்பட்டியோ கிடைத்து விட்டால் ருசித்து நிரம்பும் வரை உலகம் மறந்துபோகும்

கடலை போன்றே நல்லெண்ணெய் தயாரிக்கப் பயன்படும் எள்ளும் ருசி மிகுந்த ஒரு தானியமே. வறுத்த எள்ளுடன் கருப்பட்டி அல்லது வெல்லமும் கலப்பதுண்பது ருசியின் இன்னொரு உச்சம். இதில் எள்ளு மாவு என்பது கிராமத்தினருக்கே உரியதொரு சிறப்புத் தயாரிப்பு. அதுவொரு கொண்டாட்ட மனநிலையின் வெளிப்பாடு. வறுத்த எள் உடன் வெல்லம் சேர்த்து செக்கில் உலக்கையால் மாவாக இடிக்கப்படும். இடிக்கும்போது எழும் மணமே அக்கம்பக்கத்திற்கு எள்ளு மாவின் வருகையை உணர்த்திவிடும். எள்ளுமாவுடன் ராகிக்களி இணைத்தால் அல்வா போன்ற பத்தில் ஒரு இனிப்பு வகை கிடைக்கும். அதன் ருசி குறித்தெல்லாம் சொற்களில் விளக்கிவிட முடியுமென எனக்குத் தோன்றவில்லை

புளியில் இருந்து எடுத்துக் குப்பையில் போடப்படும் புளியங் கொட்டைகூட ஒரு நொறுக்குத் தீனிதான். புளியங் கொட்டைகளை தண்ணீரில் ஊற வைத்து, உலர்த்தி அதை வறுத்து உடைத்து தோல் நீக்கினால் சற்று கடினமான பதத்தில் மணக்க மணக்கக் கிடைக்கும். பொழுது போகாத தருணங்களின் தீனி அது.

தேங்காய்த் துண்டுகளுடன் வாழைப்பழம் அல்லது வெல்லம், கருப்பட்டி இணைவது நொறுக்குத் தீனியாகவும், பசிப் பொழுதின் ஆபத்பாந்தவனாகவும் அமையும். பொரியுடன் பொட்டுக்கடலை, மிக்சர், வறுத்த நிலக்கடலை கலந்த கலவை திருவிழாக்காலத் தீனிகள்.

பருவங்களில் பனை மரங்களில் கிடைக்கும் நொங்கு, அமிர்தத்தின் பிறிதொரு வடிவமென்றே தோன்றுகிறது. பனங்காய்கள் முற்றிப் பழுத்து விழும் காலைப் பொழுதுகள்

கவர்ச்சிகரமானவை. அவற்றைத் தீயில் சுட்டு, உறைந்து கிடக்கும் கமகமக்கும் சாற்றினை உறிஞ்சிச் சுவைக்கலாம். பனம் பழத்தின் கொட்டைகள் வீணாகும் பொருளல்ல. ஒரு ஒழுங்கில் அடுக்கிப் பொறுத்திருந்தால், முளைப்பு துளிர்க்கும். அந்தப் பருவத்தில் வெட்டி உடைத்தால் ருசி மிகுந்த சீம்பு கிடைக்கும். முளைப்பு விட்ட பனங்கொட்டைகளை மண்ணில் புதைத்து வைத்தால், வேர்விட்டு சில வாரங்களில் பனங்கிழங்காக விளைந்து திரண்டிருக்கும். அவற்றைப் பிடுங்கி தனித்தனியாக தீயில் சுட்டு அதன் மணத்தோடு சாப்பிடலாம். வேகவைத்து நார் உரித்து நாட்கணக்கில் சுவைத்துக் கொண்டேயிருக்கலாம்.

வயல்வெளிகளில் பயிர்களுக்கு எப்போதும் தொந்தரவாக, களையாக இருக்கும் கோரைப்புற்களின் கிழங்குகள்கூட குறிப்பிட்ட ஒரு பருவத்தில் மணக்கும் ஒரு இணை உணவுதான். விளைந்து நிற்கும் கம்பு, ராகிப் பூட்டைகள், எப்போதாவது வெட்டப்படும் தென்னை மற்றும் பனை மரத்தின் இளங்குருத்துகள் என ஏதேனும் ஒன்று, அதையண்டி இருக்கும் மனிதர்களின் பசி மற்றும் ருசிக்காக தம்மை ஈந்து தருவதில் வஞ்சனைகள் செய்வதேயில்லை.

இவையுள்ளிட்ட இன்னும் எத்தனையோ பதார்த்தங்கள், பொருட்கள் கிராமத்து மனிதர்களின் அன்றாடங்களில் இன்றளவும் அனைவருக்குமான இணை உணவுகளாக, நொறுக்குத் தீனி வகைகளாக இருந்து வருகின்றன. இவை ஒவ்வொன்றிலும் ருசி இருந்தது, தனித்த சத்துகள் இருந்தன. அவற்றை உண்பதற்கென நம்மிடம் தேவைகளும், காரணங்களும் இருந்தன. இங்கு பட்டியலிடப்படாத, இக்கணத்தில் என் நினைவுகளில் நில்லாது போன இன்னும் எத்தனையோ பொருட்கள் இருக்கின்றன என்பதையும் ஒப்புக்கொள்ள விரும்புகிறேன்.

இவையாவும் கால் நூற்றாண்டு காலத்திற்குள், மற்றொரு தலைமுறையின் முன்னால் காணாமல் போய்விட்ட அல்லது காணாமல் போக்கப்பட்ட பதார்த்தங்கள் என்றும் பட்டியலிடலாம். இவற்றின் இடங்களை வணிகம் சார்ந்த தயாரிப்புப் பொருட்கள் மிக எளிதாக, அதேசமயம் மிக வலுவாகப் பிடித்துவிட்டன. பெரு நிறுவனங்கள், பன்னாட்டுத் தயாரிப்புகள், விளம்பர யுக்திகள், பெரும் ஆளுமைகளின் பரிந்துரைப் பாசாங்குகள் எனும் கூட்டு வலைப்பின்னல், நம்மிடமிருந்த பொருட்களிலிருந்து நம்மையும், நம் பிள்ளைகளையும் அந்நியப்படுத்திவிட்டன. நம் பிள்ளைகள் என்ன சாப்பிட வேண்டும் என்பதை, நாம் நம் அக்கம்பக்கம் கிடைக்கும் பொருட்களைக் கொண்டு தீர்மானிக்க முடிவதில்லை.

யாரோ தாங்கள் விரும்பிய வண்ணம் தீர்மானிக்கிறார்கள். தங்கள் நோக்கத்தில் நம் வீட்டுப் பிள்ளைகளின் வாயிலாக யார் யாரோ வென்றுடுக்கிறார்கள். அதற்காக இடைவிடாது திறம்படச் செயல்படுகிறார்கள். தம் மண்ணில், தம் சுற்றத்தில் கிடைத்த எல்லா நல்லவற்றைகளையும் தொலைத்த இந்தத் தலைமுறைக்கு எது ருசி, எது ஆரோக்கியம் என்பதிலேயே தெளிவின்மை நிரப்பட்டிருக்கிறது.

பெற்றவர்களும் கூட தங்கள் இயலாமையைச் சமாளிக்க, பிள்ளைகளின் வாய்களை அடைக்க, பிள்ளைகளின் அசட்டு விருப்பத்திற்கேற்ப கவர்ச்சியான ஒரு நொறுக்குத் தீனியை, ஒவ்வாச்சுவை கொண்ட ஒரு பிஸ்கெட்டை, காற்றுப் பையில் அடைக்கப்பட்ட உப்பும் எண்ணையும் மிகுந்த ஒரு பதார்த்தத்தைக் கொடுத்து, அந்தச் சூழலை வென்று விடுகிறார்கள்.

தோற்றுப்போவதென்னவோ சாயமேற்றப்பட்ட சந்தோசத்தில், மகிழ்ந்து விடுவதாய் கற்பனை செய்து கொள்ளும் பிள்ளைகளின் ருசி மொட்டுகளும், ஆரோக்கியமும் மற்றும் நம் பொருளாதாரமும் உண்மையான அன்பும் தான்!

"நம்தோழி" நவம்பர் - 2016

கேள்வியே பதிலாக!

அர்த்தங்களோடு நிதானமாய் நிகழவேண்டிய எத்தனையோ செயல்கள், அர்த்தங்களையும் நிதானத்தையும் இழந்துவிடும் தருணங்கள் நம் வாழ்வில் எளிதில் வாய்த்துவிடுகின்றன. விளைவு வாலில் நெருப்பு வைத்தது போல் தறிகெட்டு ஓட வேண்டியிருக்கின்றது. ஓடும் திசையும் புரிவதில்லை, பாதையும் கவனத்தில் இருப்பதில்லை.

பரபரப்பான வாழ்க்கையில் சமரசம் செய்துகொள்ள வேண்டிய குடும்ப நிகழ்வுகள் பலவற்றிக்கு உணர்ச்சிவயப்பட்டு பொங்கிவிடுகிறோம். நம் உரிமைகளைக் காப்பாற்றிக்கொள்ள வேண்டிய எத்தனையோ அநியாயங்களுக்கு அறிந்தும் அறியாமலும் அடங்கிப்போக பழகிவிட்டோம். அடங்கிப்போவதில் இருக்கும் ஒரே வசதி, நமக்கு அதன் மூலமாய் மேற்கொண்டு எந்தவிதமான சிரமங்களும் வந்துவிடாது அல்லது நிகழவிருக்கும் இழப்புகளை கட்டுப்படுத்த முடியும் எனும் தப்பித்தல் மட்டுமே.

எவை நம் அடிப்படை உரிமைகள் என்பதில் கூட நமக்கு நிகழும் குழப்பங்கள்தான், அந்த உரிமைகளின் பலனை முறையாக அடைந்துவிட முடியாமல் தடுத்துவிடுகின்றன. மிகச் சாதாரணமாகத் தோன்றுவதால் நாம் தவறவிடும் உரிமை, மற்றொருவரின் உரிமையில் மிகப் பெரிய பாதிப்பை ஏற்படுத்தும் சாத்தியங்களுண்டு.

நகரில் பரபரப்பாக கிளை பரப்பி பிரபலம் அடைந்து வரும் இனிப்பகம் அது. நொறுக்குத்

தீனிகள் வாங்கச் சென்றிருந்தேன். பில் தொகை 213 ரூபாய். நான் 220 ரூபாயைக் கொடுத்தேன். தன் கைபேசியில் தீவிரமாக இருந்த முதலாளி 'மூனு ரூபா, அஞ்சு ரூபா சில்லறை இருந்தாக் கொடுங்க' என்றார். "என்னிடம் இல்லை"யென்றேன். மேசைத் தட்டிலிருந்த குவளைகளில் சில்லறைகள் இருந்தன. என் முகம் நோக்காமலேயே ஒரு ஐந்து ரூபாய் காசையும், ஒரு சாக்லெட்டையும் மேசையில் என் பக்கம் தள்ளினார். அவ்வாறு முகம் நோக்காமல் தருவதே, தன்னை கேள்வி கேட்டுவிட வேண்டாம் என்பதான நுணுக்கமான புறக்கணிப்பு சமிக்ஞையும் கூட.

இது போன்ற பல தருணங்களில் என் எதிர்ப்பைத் தெரிவிக்காமல் சாக்லெட்டை வாங்கி வந்திருக்கிறேன். அப்படி வாங்கும்போது கேவலமான ஒரு பார்வையை வீசவோ, அதையொட்டி ஏதேனும் முனகவோ தோன்றினாலும் தவிர்த்து விடுவதுண்டு. பேருந்துப் பயணங்களில் ஒரு ரூபாய், ரெண்டு ரூபாய் சில்லறை தராத நடத்துனர்களிடம், சில நேரங்களில் தந்துதான் ஆக வேண்டுமென வற்புறுத்தியதுண்டு, பல நேரங்களில் தவிர்த்ததுண்டு. தவிர்த்த நாட்களில் பயணம் முடியும்வரை நடத்துனர் மேல் கோபம் இருக்கும். ஒரு ரூபாய், இரண்டு ரூபாய்களுக்கு இவ்வளவு யோசிக்க வேண்டுமா? மெனக்கெட வேண்டுமா எனத் தோன்றலாம். அங்கு பணத்தின் மதிப்பைவிட, நுணுக்கமாக அதைத்தர மறுக்கும் மனோபாவத்தின் மீதான எதிர்ப்பே முக்கியமாகப் படுகிறது.

ஒரு ரூபாயும், இரண்டு ரூபாயும் பணம்தானே. வட்டித்தொழிலில் முதலீடு செய்திருக்கும் நண்பர் ஒருவர் "நூறு ஒரு ரூபாய் சேர்ந்தால்தான் நூறு ரூபாய்" என்பார். மேலோட்டமாகப் பார்த்தால் அதுவொரு மொக்கைக் கண்டுபிடிப்புபோல் தோன்றலாம். ஆனால் அவர் சொல்லும் அந்தக் கூற்று, நினைக்கும் கணந்தோறும் என்னைச் சிந்திக்க வைக்கக்கூடியது.

நமக்குச் சேரவேண்டிய பணத்தை பணமாகவே கேட்டுப்பெறாதது எந்த வகையான கோழைத் தனத்தில், சகிப்புத் தன்மையில் சேரும்? அதுவொரு கோழைத்தனமான மனநிலை எனும் நினைப்புண்டு. ஆயினும் எல்லா நேரங்களிலும் போராடுவதும் இங்கு சாத்தியமுமில்லை. அவ்வப்போதைய மனநிலையும், சூழலுமே பெரும்பாலும் போராட்டங்களைத் தீர்மானிப்பவை.

ஐந்து ரூபாய் காசை மட்டும் எடுத்தபடி சாக்லெட்டைத் தொடாமல்...

"இதென்ன?" என்றேன்

"சில்ற இல்ல"

“நான் சாக்லெட் வாங்கலையே”

“அப்பச் சில்ற வேணும்”

“எவ்ள தந்தேன்?”

“220”

“பில் எவ்ள?”

“213”

“213க்கு 220 தந்தா, அது சில்றையில்லையா? ஐநூறு ஆயிரம் கொடுத்தனா? இல்ல 250, 300னு கொடுத்தனா?”

“வர்றவங்க எல்லார்த்துக்கும் 7 ரூவா சில்ற தரமுடியுமா?”

“அதுக்காக என் காசைத் தராம, எனக்கு தேவையில்லாத பொருளை திணிப்பீங்ளா!?”

“நீங்க தாங்க சில்ற கொண்டாரனும். நாங்க கமிஷன் கொடுத்து சில்ற வாங்குறோம்”

“வர்ற எல்லாருமே பில்லுல இப்படி சில்லறை துண்டு விழும்னு யோசிச்சு வூட்ல இருந்தே கரெக்டான சில்ற கொண்டார முடியுமா?”

“வர்ற ஆயிரம் கஸ்டமருக்கும் நாங்க சில்ற கொடுக்க முடியுமா!?”

“வர்ற ஆயிரம் கஸ்டமருக்கு வகைவகையா பொருள் தயாரிச்சு வச்சு விக்க முடியறப்ப, சில்லரை ஏற்பாடு செய்ய முடியாதா? எல்லார்கிட்டயும் சில்றைக்கு நாலணா எட்டணா சாக்லெட் கொடுத்து ஏமாத்துவீங்ளா!?”

“உங்கள மாதிரி ‘வெறும்’ ரெண்டு ரூவாக்கு யாருமே பிரச்சனை பண்றதில்ல”

“ஹலோ... அதென்ன ‘வெறும்’ ரெண்டு ரூவா. அந்த ‘வெறும்’ ரெண்டு ரூவாயை பெருந்தன்மையா கஸ்டமருக்கே விட்டுக்கொடுக்க வேண்டியதுதானே? எட்டணா சாக்லெட்டக் கொடுத்து அந்த ‘வெறும்’ ரெண்டு ரூவாயை வச்சுக்கிறதுக்குப் பேர் என்ன? ஆயிரம் பேர்கிட்ட இப்படிச் செஞ்சா கூடுதலா 1500 லாபம் கிடைக்கும்னுதானே...? பாருங்க... இது நீங்க சொல்ற ‘வெறும்’ ரெண்டு ரூவாக்கான சண்டையில்ல... நான் கேக்காத, வாங்காத பொருளை காசுக்குப் பதிலா என்கிட்ட திணிக்கிற உங்க மோசமான, பேராசை மனோபாவத்துக்கு எதிரான கோபம். 213 ரூவா பில்லுக்கு அம்பது, நூறுனு லாபம் கிடைச்சாலும், சில்றக்

காசு ரெடி பண்ணி வைக்காம, அதிலும் லாபம் சம்பாதிக்கணும்னு பாக்குறீங்க. அதுக்காக கஸ்டமர் தலைல கண்ட சாக்லெட்ட கட்டுவீங்க!"

எனக்கே ஆச்சரியமூட்டும் அளவிலான நிதானமான மனநிலையில் இருந்தேன். சொற்களை நிதானமாகவே கையாண்டேன்.

முனகிக்கொண்டே ரெண்டு ரூபாயை எடுத்து வைத்தார்.

"ம்ம்ம்... இப்ப மட்டும் எப்படிங்க சில்ற வெளியிலே வருது. இப்பவாச்சும் புரிஞ்சுக்குங்க, எம் பிரச்சனை நீங்க சொன்ன இந்த 'வெறும்' ரெண்டு ரூபாயில்ல. ரெண்டு ரூபாக்கு எட்டணா சாக்லெட் கொடுத்துட்டா கஸ்டமர் கம்னு போய்டுவாங்கிற உங்க "மனோபாவம்"தான் பிரச்சனை. இந்த ரெண்டு ரூபாய நம்ம ஆர்க்கியுமெண்ட் நினைவா உங்களுக்கே கொடுத்துட்டுப் போறேன். உடனே மாறிடுவீங்கனு எல்லாம் எதிர்பாக்கல, இந்த ரெண்டு ரூபா மனசுல குறுகுறுத்தா போதும்"

கடை ஊழியர்களும் மற்ற வாடிக்கையாளர்களும் என்னைக் கவனித்தபடி இருந்தனர். அதில் யாரேனும் ஒருவர் அவரிடம் "என்னங்ண்ணா பிரச்சனை!?" எனக் கேட்கலாம்.

என் உண்மையான நோக்கம் புரியலாம் அல்லது புரிந்துகொள்ள மாட்டேன் என அடம் பிடிக்கலாம். எனினும் அங்கு "கேவலம் ஒரு ரெண்டு ரூவா காசுக்கு அலையறதப் பாரு... கஞ்சப்பிசினாரி" என என்னைத் திட்டி சமாதானப் படுத்திக்கொள்ளலாம்.

ஸோ... வாட்...!

"ரெண்டு" எனும் திரைப்படத்தில் வடிவேலுவுக்கு யோசனைகள் தரும் மாதவன் சொல்வதுபோல் அநியாயத்தைக் கண்டு எப்பத்தான் பொங்கிப் பழகுறதாம்!?

எல்லா இடங்களிலும் எல்லாமும் இப்படித்தான் நமக்குத் தேவையோ தேவையில்லையோ, பிடிக்குமோ பிடிக்காதோ, நியாயமான அடிப்படை உரிமைகள் மறுக்கப்பட்டு, ஏதோ ஒன்று திணிக்கப்படுகிறது. தேவையில்லையெனினும், பிடிக்காதெனினும் எந்தவித எதிர்ப்புமின்றி அவற்றை ஏற்றுக்கொண்டு திரும்புகிறோம். அந்த ஏற்றுக்கொள்ளல் மிக எளிதாகப் பழக்கமாக மாறிவிடுகிறது. உரிமைகளை நாமே மரணிக்க அனுமதிக்கிறோம். அதன் காரம் சுவையற்றுப்போவது குறித்து கிஞ்சித்தும் கவலையில்லை. அதே மனநிலைதான் எல்லா இடங்களிலும் நம்மை சகித்துக்கொண்டு மட்டுமே போ என அடி பணிய வைக்கிறது.

தள்ளுவண்டியில் பொருட்கள் விற்கும் சாமானியர்கள், சாலையோரக் கடைக்காரர்கள், சிறிய கடைக்காரர்கள் ஆகியோர் எப்பொழுதேனும், சில்லறையில்லையென மாற்றாக அந்த விலைக்கு ஒவ்வாத ஒரு சாக்லெட்டை நம்மிடம் திணித்துவிட முடியுமா? ஆனால் லாபம் ஈட்டும் மெடிக்கல் ஷாப்களில், டிபார்மெண்ட்டல் ஸ்டோர்களில், பேக்கரிகளில் மட்டும் எப்படி இவ்வளவு எளிதாக நம்மிடம் வழங்கிவிட முடிகிறது. நடுத்தர மற்றும் மேல்தட்டு மக்களிடம் ஒரு ரூபாய், இரண்டு ரூபாய், ஐந்து ரூபாய்கள் மதிப்பில்லாதவைகளாக உணர்த்தப்பட்டது மட்டுமே காரணமில்லை. இந்தக் காசுக்காகப் போய் கேட்கனுமா எனும் மனநிலையும், தம் அடிப்படை உரிமை களவு போவதை உணராத அறியாமையுமே இதற்கான காரணங்கள்.

வெறும் இரண்டு ரூபாய்க்கு இத்தனை சண்டை போடனுமா எனத் தோன்றலாம். 'வெறும்' இரண்டு ரூபாய்க்கான போராட்டத்தை முன்னெடுக்கும் நோக்கமும் இங்கில்லை. நமக்கு நியாயமாகக் கிடைக்க வேண்டிய பணத்திற்கு மாற்றாக, நமக்குத் தேவைப்படாத, பணத்தின் மதிப்பு பெறாத ஒரு பொருளை எப்படித் திணிக்கலாம் எனும் உரிமைப் பிரச்சனை மட்டுமே.

'போராடி என்ன செய்யப்போகிறீர்கள்!?' எனும் கேள்வி முளைக்கும் இடங்களிலெல்லாம், "சரி... அப்படி போராடாமல் இருந்து என்ன செய்து விடப்போகிறீர்கள்!?" எனும் கேள்வியையே எப்போதும் பதிலாக முன் வைக்கிறேன்.

"நம்தோழி" டிசம்பர் - 2016

டிஸ்கவரி வெளியீட்டில்
ஈரோடு கதிரின் முந்தைய நூல்
"கிளையிலிருந்து வேர் வரை"

பக்கம் 192

விலை ரூ.170